திவான் பஹதூர்
இரட்டைமலை ஸ்ரீநிவாசன்
அவர்கள்
ஜீவிய சரித்திர சுருக்கம்

ஜீவிய சரித்திர சுருக்கம் : இரட்டைமலை ஸ்ரீனிவாசன்
♦ பதிப்பசிரியர்: புலவர் வே. பிரபாகரன் ♦ உரிமை : பதிப்பாசிரியருக்கு ♦
முதற்பதிப்பு : ஜனவரி 2019 ♦ அட்டை ஓவியம் : டி.ராட்ஸ்கி மருது ♦

Jeeviya Sarithira Surukkam - Rettimalai Srinivasan
♦ *Editor - Pulavar V.Prabhakaran*
(C) Editor ♦ First Edition - january 2019

Published by Thadagam, 112,Thiruvalluvar Salai,
Thiruvanmiyur, Chennai 600041

Phone : +91- 44 - 4310 0442 | +91 - 89399 67179
www.thadagam.com ♦ info@thadagam.com

ISBN: 978-81-934765-9-8
INR : 80.00

திவான் பஹதூர்

இரட்டைமலை ஸ்ரீநிவாசன்

அவர்கள்

ஜீவிய சரித்திர சுருக்கம்

தொகுப்பு: புலவர் வே.பிரபாகரன்

தடாகம்

பொருளடக்கம்

பதிப்புரை 7

பதிப்பு வரலாறு சில குறிப்புகள் 11

ஜீவிய சரித்திர சுருக்கம் 23

பதிப்புரை

வரலாறு காண, 'வாய்மெய் களம்' அமைப்போம்

புலவர் வே.பிரபாகரன்

வரலாற்றுப் பேராசிரியரும் ஆதி திராவிட இனவரைவுப் பதிவு ஆவண எழுத்தாண்மைச் சான்றோரும் எழுச்சியாளருமான அறிஞர் கோ. தங்கவேலு, பல்வேறு துறைகளைச் சேர்ந்தோர் வாழ்வில் மலர்ச்சிக்களை உருவாக்கியவர்; உந்து சக்தியாகவும் இருந்தவர்.

இரட்டைமலை சீனிவாசன் ஜீவிய சரித்திர நூலின் தட்டச்சுப் படியினை 2000 அளவில் எம்மிடம் வழங்கினார். ஆதி திராவிட இனத்தின் மானங்காக்க 1929 அளவில் துப்பாக்கி எடுத்து, சுட்டு, மரணதண்டனை குப்புசாமி மீது பாடப்பட்ட தற்காப்புச் சிந்து படியினையையும் வழங்கினார். அதனை அயோத்திதாசர் இதழ்ப்பணி நூலில் இணைத்தேன்.

தமிழ் வளர்ச்சித் துறையினரின் நெறிப்படுத்தலால் 'இரட்டைமலை சீனிவாசன் வரலாறு' எனத் தலைப்பிட்டேன்.

ஜீவிய சரித்திர மூல வடிவம் மாறாமல் வெளியிட வேண்டும் என் விழைவை பேரா. கோ. ரகுபதி மற்றும் அமுதரசன் இருவரும் கூறினர். ஒப்புதலுடன் தட்டச்சுப்படியின் நகலை வழங்கினேன்.

பேராசிரியர் கோ. ரகுபதி இந்நூல் தொடர்பான 'தலித் ஆராய்ச்சியில் பெரும்பள்ளம்' எனும் திறனாய்வுக் கட்டுரை மூலம் பல்வேறு வினாக்களை முன் வைத்துள்ளார். அவற்றின் மூலம் தலைவர்களின் வரலாறுகள் மெருகூட்டப்படும். தீர்வுகள் கிடைக்கும்.

இரட்டைமலை சீனிவாசன் தொடர்பான புகைப்படங்களை அம்பேத்கர் பிரியனும் பறையன் இதழ் முகப்பினை அறிஞர் அன்பு. பொன்னோவியமும் வழங்கினர். நன்றி.

திராவிடர் கழகம் (1880) திராவிட மகாஜன சபை (1882) ஆதிதிராவிட மகாஜன சபை (1890) திராவிட பாண்டியன் (1885) பறையன் ஏடு (1893) பறையர் மகாஜன சபை(1895) பதிவுகள் வெளிவந்தன.

1. The Madras Provincial depressed classes Federeation (1882)
2. The Madras Provincial scheduled caste party (1936)
3. The Madras Provincial scheduled caste Federeation (1938)

எனும் அமைப்பு வளர்ச்சிகள் கண்டநிலையில் ஜீவிய சரித்திரம் 1939இல் எழுதப்பட்டது.

பறையன் என்ற சொல்லிற்குப் பகுபத உறுப்பிலக்கணம் கூறி அஃது தனி ஒரு இனத்தின் அடையாளம் இல்லை என ஒரு பைசாத் தமிழன் இதழ் மூலம் விளக்கம் வழங்கினார் அயோத்திதாசர். தமிழனா? பறையனா? என்றொரு கட்டுரையே வழங்கினார் ஏ.பி.பெரியசாமிப் புலவர்.

பறையர் மகாஜன கலையைத் தொடங்கி (1893) சீனிவாசன் அவர்களே 1939 அளவில் ஜீவிய சரித்திர முகவுரையில்

'ஆதிதிராவிட சமூக சரித்திரத்தில் இந்த சரித்திரமும் சேர்க்கப்படும் என்பது என் நோக்கம்' எனக் கூறியுள்ளார்.

பறையன் என்ற சொல்லை உயர்த்திப் பிடியுங்கள் எனக் கூறிய பின்னர் பல்வேறு மாற்றங்கள் அடைந்து, எம்.சி.ராஜா அவர்களின் முயற்சியினால், 'ஆதி திராவிடர்' என்ற சொல்லினைத்தான் பயன்படுத்த வேண்டும் என அரசாணை வெளிவந்தது. எனவே இ.ம.சீ. அவர்களும் ஆதி திராவிடர் என்பதை ஏற்றுக் கொண்டே செயல்பட்டார் என்பது உறுதியாகிறது. மாற்றங்களை ஏற்பதுதான் சான்றாண்மை.

இ.ம.சீ. அவர்களின் ஓயா உழைப்பு ஈகம், சிந்தனை, செயல்பாட்டுத் திட்டங்கள், விழைவுகள், எதிர்பார்ப்புகள், வினையாற்றல் வழி முறைகள், உந்துதல்கள் மற்றும் அச்சில் வராத செய்திகள் இவற்றை வெளியுலகம் உணரப் பதிவுகள் செய்தலும் இந்நூலின் மூலம் வருவதாகும்.

இப்பதிப்பு வெளிவந்த பின்னராவது பறையன் இதழ் கிடைக்கலாம். அதன் மூலம் இ.ம.சீ. உழைப்பும் தொண்டும் பதிவு செய்யப்படும் என்பது நம்பிக்கை.

ரங்கநாயகி அம்மானின் கல்லறைக் கல்வெட்டும் வாசகங்களும் கண்டுபிடிக்கப்பட வேண்டும்.

1933 அளவில் Lord willington The Viceroy and Governer General of India மூலம் வழங்கப்பட்ட Wonderful Rice வெளியுலகம் காண வெளிப்படுத்த வேண்டும்.

His great Excellency Rettailmalai Srinivasan, a member of Legislative Council for Poonamalle Constituency pray for his long and progress life என ஒரே அரிசியில் எழுதப்பட்ட வாழ்த்து அஃது.

இதைப்போன்றே Wonderful Rice, A.P. பெரியசாமிப் புலவர், தேசிகானந்தருக்கும் ஆங்கில அரசு வழங்கிச் சிறப்பித்தது.

இப்பதிப்பின் மூலம் ஆங்காங்கே மறைத்து வைக்கப்பட்டுள்ள ஆதி திராவிட ஆவணங்கள், நூல்கள், புகைப்படங்கள், கடிதங்கள், ஓலைகள், செப்பேடுகள் குறிப்பாக 1060 பக்கங்களில் பெ.மா. மதுரைப் பிள்ளை மீது எழுதப்பட்ட மதுரைப் பிரபந்தம் நூல் வெளிவரலாம்.

இத்தெகுப்பு மற்றும் சட்டமன்ற உரைகள் மூலம் இரட்டைமலை சீனிவாசன் வரலாறு முழுமையாக வெளிவர வாய்ப்புள்ளது.

எந்த நூலிலிருந்து கருத்துக்களை எடுத்து மேற்கோள் காட்டினாலும் அந்நூல், ஆசிரியர், குறிப்புகளை மறவாமல் குறிப்பிட வேண்டும். 'எதையும் அதன் உண்மைத் தன்மை மாறாமல் வெளியிட வேண்டும்' என விரும்பிய அயோத்திதாசரின் அறிவுரையே எழுத்தாளர்கள், கவிஞர்கள், ஆராய்ச்சியாளர்கள் அனைவருக்கும் பொருந்தும்.

சிறந்த கருத்துகளை எடுத்தாளக் கூடியவர்கள் நன்றியுடன் குறிப்பிட வேண்டும். அதுதான் இதழியல் எழுத்தியல் இறை யாண்மையாகும்.

தடாகம் பதிப்பகம் மூலம் வெளிவரும் இந்நூல் அனைவருக்கும் எழுச்சியும் ஏற்றமும் வழங்கும் என நம்புவோம். சான்றோர்களைப் போற்றுவோம் ஆவணங்களைப் பாதுகாப்போம். நன்றி. வணக்கம்.

கோட்டூர் புரட்டுப் பண்ணை 85   புலவர் **வே.பிரபாகரன்**
98419 87080

ஜீவிய சரித்திர சுருக்கம்

பதிப்பு வரலாறு - சில குறிப்புகள்

கோ. ரகுபதி

தலித் விடுதலைக்காகப் போராடிய தலைவர்கள் பலரைப் பற்றிய குறிப்புகள் ஆங்காங்கே பரவியிருப்பினும் அவர்கள் அனைவரைப் பற்றிய வரலாறுகள் எழுதப்படவில்லை. விதிவிலக்காக எழுதப்பட்ட தலைவர் சிலரின் வரலாறுகளும் முழுமை பெறவில்லை. தலைவர் எனக் கூறும்போது "ஆடவர்" மட்டுமே நினைவுக்கு வருகின்றனர். தலித் மகளிர் பலரும் இயக்கத்தில் முக்கியப் பங்காற்றினர். இரட்டைமலை சீனிவாசன் தலைமையில் 1932 மே 29 அன்று நடைபெற்ற வடஆர்க்காடு ஜில்லா ஆதிதிராவிடர் மாநாட்டில் திருமதி குஞ்சிதம், 1932 ஜூன் 27 அன்று நடைபெற்ற ராயபுரம் ஆதிதிராவிடர் மாநாட்டில் ஆதிதிராவிட மகாஜன சங்க உறுப்பினர்கள் ஸ்ரீமதி கமலவேணி, புஷ்பகாந்தம் ஆகிய பெண்கள் பங்கேற்றனர்.[1] இவ்வாறு கூட்டங்கள், மாநாடுகள் போன்றவற்றில் பங்கேற்ற தலித் மகளிர் பலர் உண்டு. இந்தப் பெண்களின் பின்னணி என்ன? தலித் இயக்கத்தில் வகித்த பொறுப்பு என்ன? தலித் இயக்கக் கூட்டங்களில் பங்கேற்று பாடல்கள் பாடிய குழந்தைகள் பிற்காலத்தில் இயக்கவாதிகளாக மாறினரா? தலித் விடுதலையைக் கடந்து இதர செயல்பாடுகளில் தலித் தலைவர்கள் பங்கேற்றனரா? தலித் இயக்கத்துக்கு தலித்தல் லாதோர் என்னவிதமான ஆதரவுகளைத் தந்தனர்? தலித் இயக்க மேடைகளில் தலித்தல்லாதோர் பங்கேற்றதுபோல் தலித்தல்லாதோர் கூட்டங்களில் தலித் தலைவர்கள் பங்கேற்றனரா? எனக் கேள்விகள் பலவற்றுக்கு விடைகளைத் தேடவேண்டும். இவை ஒருபுறம் இருக்க, தலித்துகள் தொடர்பாகத் தலித்துகளும் தலித்தல்லாதோரும் எழுதியவற்றை மறுபதிப்பு செய்ய வேண்டிய தேவையும் உள்ளது. எனவே தலித் ஆராய்ச்சியில் பெருத்த இடைவெளி இருப்பதை மறுப்பதற்கில்லை. இருப்பினும் தலித் தலைவர் ஒருசிலர் எழுதியவை வெளியாகியுள்ளன.

மூலநூல்: சிதைந்ததும் முழுமையானதும்

இரட்டைமலை சீனிவாசன் இரண்டு நூற்களும் சில துண்டறிக் கைகளும் பத்திரிகைகளுக்கு கடிதங்களும் எழுதினார். அவர் தன் வரலாற்றை தலித் விடுதலை இயக்கத்தோடு இணைத்து எழுதிய "திவான் பஹதூர் இரட்டைமலை சீனிவாசன் அவர்கள் ஜீவிய சரித்திர சுருக்கம்" நூல் 1939ஆம் ஆண்டு வெளியானது. இது சுமார்

1. *'குடி அரசு', 29 மே 1932, ப. 12; திராவிடன், 27 ஜூன் 1932, ப. 9*

60 வருடங்களுக்குப்பின் டிசம்பர் 1999ஆம் ஆண்டு தலித் சாகித்ய அகாடமி முதன் முறையாக மறுபதிப்பு செய்தது. மூலநூல் புதுச்சேரி பிரஞ்சு ஆய்வு நிறுவன நூலகத்தில் படியெடுக்கப்பட்டதாகவும் அதில் சிதைந்திருந்த சில பக்கங்களை வே. அலெக்ஸ் கொடுத்தார் எனப் பதிப்புரை தெரிவிக்கிறது.[2] மூலநூலில் இருந்த மூன்று "அநுபந்தங்கள்" இணைக்கப்பட்டுள்ளன. நூலின் தொடக்கத்திலும் மூன்றாவது அநுபந்தத்திலும் கோடிட்டு "இந்த இடத்தில் மூலப்பிரதியில் சிதைந்து போயுள்ளது" எனக் குறிப்புகள் உள்ளன. நூல் தலைப்பின் "அவர்கள்", முகவுரை என்ற தலைப்பு, செங்கல்பட்டு மாவட்ட ஆட்சியர் குறிப்பு ஆகியவற்றை கத்தரித்து "திவான் பஹதூர் இரட்டை மலை சீனிவாசன் ஜீவிய சரித்திர சுருக்கம்" தலித் இதழில்[3] இரண்டாவது முறையாகப் பதிப்பிக்கப்பட்டது. இது அந்த இதழில் இடம்பெற்றுள்ள கட்டுரைகளில் ஒன்று என்ற எண்ணத்தை ஏற்படுத்துகிறது. அதன் இறுதியில் அனுபந்தங்களைத் தவிர "மூலநூலில் கண்டபடி" வெளியிட்டதாகக் குறிப்பு உள்ளது. மூலநூல் எங்கிருந்து பெறப்பட்டது? ஒருசில ஆண்டுகளுக்குள் சில பகுதிகளைக் கத்தரித்து தலித் இதழில் மீண்டும் வெளியிட்டது ஏன்? என்ற கேள்விகளுக்கு எந்த விளக்கமும் அதில் இல்லை.

வே. பிரபாகரன், "தமிழ் வளர்ச்சித் துறையின் அரிய நூல் வெளியிடும் திட்டத்தின்கீழ் நிதியுதவி பெற்று", டிசம்பர் 2003 ஆம் ஆண்டு வெளியிட்ட "இரட்டைமலை சீனிவாசன் வரலாறு"[4] புத்தகத்தில் ஜீவிய சரித்திர சுருக்கம் நூல் மூன்றாவது முறையாகப் பதிப்பிக்கப்பட்டது. இந்த நூலில் பதிப்பாசிரியரும் எழுதியுள்ளார். மேற்குறிப்பிட்ட இரண்டு பதிப்புகளிலும் இல்லாத தகவல்கள் இந்தப் பதிப்பில் உள்ளன. அவற்றைத் தொகுத்துக் கொள்வோம்: 1) மேற்குறிப்பிட்ட இரண்டு மறுபதிப்புகளிலும் இருந்த கோடிட்ட இடங்கள் நிரப்பப்பட்டுள்ளன. 2) நூல் தலைப்பு முதலில் ஆங்கிலத்திலும் பின்னர் தமிழிலும் உள்ளது. அந்தக் காலகட்டங்களில் இத்தகைய முறை பின்பற்றப்பட்டது. தலைப்புக்குப் பின்னர் முகவுரை உள்ளது. நூல் கட்டமைப்பு முறையாக இருக்கிறது. 3) முதல் மறுபதிப்பில் ஒப்பந்தத்தின் விவரம் எனத் தலைப்பிட்டு இரண்டு பத்திகளுக்குப் பின்னர் சில புள்ளி விவரங்கள் உள்ளன. இதைத் தொடர்ந்து "இந்த இடத்தில், மூலப்பிரதியில் ஒரு பத்தி

---

2. திவான் பஹதூர் இரட்டைமலை ஸ்ரீனிவாசன் அவர்கள் ஜீவிய சரித்திரச் சுருக்கம் (சென்னை: தலித் சாகித்ய அகாடமி, 1999), ப.68.

3. திவான் பஹதூர் இரட்டைமலை ஸ்ரீனிவாசன் ஜீவிய சரித்திர சுருக்கம், தலித், மே - ஜூலை, 2002, பக்.43 - 62.

4. வே.பிரபாகரன், இரட்டைமலை சீனிவாசன் வரலாறு (சென்னை: திருவள்ளுவர் நூலகம், 2003), ப.256.

சிதைந்து போயுள்ளது" எனப் பதிவு செய்யப்பட்டுள்ளது. மேலும், "மத்திய சட்ட சபையில் 18 ஸ்தானங்கள்" என்ற தலைப்பில் 4 என்ற எண்ணில் ஒரு பத்தியும், "பூர்வாங்கத் தேர்தல் முடிவுக்கு வருங்காலம்" என்ற தலைப்பில் 5 என்ற எண்ணில் ஒரு பத்தியோடு முடிவடைகிறது.[5] தலித் சாகித்ய அகாடமி கூறும் சிதைந்த பத்தியை வே.பிரபாகரன் சேர்த்துள்ளார். அந்தப் பத்தியோடு "தேர்தல் முறை" எனத் தலைப்பிட்டு 2, 3 என எண்களில் இரண்டு விரிவான பத்திகள் இடம்பெற்றுள்ளன. "பூர்வாங்கத் தேர்தல் முடிவுக்கு வருங்காலம்" என்ற தலைப்பில் 5, 6, 7 ஆகிய எண்களில் மூன்று பத்திகளும் இவற்றைத் தொடர்ந்து "ஸ்தல ஸ்தானங்களிலும் ஊழிய வர்க்கங்களிலும் பிரதிநிதித்துவம்" என்ற தலைப்பில் 8, 9 ஆகிய எண்களில் இரண்டு பத்திகளும் உள்ளன.[6] இதைத் தொடர்ந்து வே. பிரபாகரன் எழுதியுள்ளார். இரட்டைமலை சீனிவாசனின் எழுத்து முற்றுபெறும் இடமும் வே. பிரபாகரன் எழுத்தின் தொடக்கமும் தெளிவற்று இருப்பது இந்த மறுபதிப்பின் குறைபாடு. 4) முதல் இரண்டு மறுபதிப்புகளிலும் இல்லாத அடிப்படைத் தகவல்களான நூல் வெளியிடப்பட்ட ஆண்டு (1939), அச்சிட்டோர் பெயர் (Printed at Payne & Co.Madras) ஆகியன இடம்பெற்றுள்ளன. ஆங்கிலத்தில் அச்சடிக்கப்பட்டுள்ள அட்டையில் இந்திய அரசாங்கம் வெளியிட்ட இரட்டைமலை சீனிவாசனின் தபால்தலை இணைக்கப்பட்டுள்ளது. இது மூலநூலில் இருப்பது போன்ற தோற்றத்தைத் தருகிறது. இதை அந்த இடத்தில் அச்சிட்டிருப்பது அவசியமற்றது.

பதிப்பாசிரியர் மூலநூலைக் கண்டு மறுபதிப்பு செய்யாதது இந்நூலின் பலகீனம். "ஒளிநகல் (ஜெராக்ஸ்) வசதி இல்லாத 25 ஆண்டுகளுக்கு முன்பு, இந்நூல் போன்ற பல நூல்களைத் தட்டச்சு செய்து வைத்திருந்த அறிஞர் கோ. தங்கவேலு ஆவார். அவர்தான் ஜீவிய சரித்திர நகலை எனக்கு வழங்கினார்" என முன்னுரையில் வே.பிரபாகரன் கூறுகிறார். இந்த மூன்று பதிப்புகளிலும் ஒரு சிக்கல் உண்டு. இரட்டைமலை சீனிவாசனின் பெயரில் ஒரு எழுத்து மாறுபாடு உள்ளது. தலித் சாகித்ய அகாடமி, தலித் இதழ் ஆகிய மறுபதிப்புகளில் இரட்டைமலை ஸ்ரீனிவாசன் என்றும் வே.பிரபாகரனின் மறுபதிப்பில் Rettai Malai Srinivasan என ஆங்கிலத்திலும் இரட்டைமலை சீனிவாசன் எனத் தமிழிலும் பதிவு செய்யப்பட்டுள்ளது. இது குறித்து வே. பிரபாகரனை நேரில் சந்திக்க இயலாமல் தொலைபேசியில் கேட்டபோது "மூலப்பிரதியில் அவ்வாறுதான் இருக்கிறது" எனக் கூறினார். "ஸ்ரீ", "சீ" எழுத்து

---

5. திவான் பஹதூர் இரட்டைமலை ஸ்ரீனிவாசன் அவர்கள் ஜீவிய சரித்திரச் சுருக்கம், ப.68.
6. வே.பிரபாகரன், இரட்டை மலை சீனிவாசன் வரலாறு. பக்.68 - 67.

மாறுபாடு மூலநூல் எது? என்ற கேள்வியை எழுப்பியது. இது பிரஞ்சு ஆய்வு நிறுவன நூலகத்தில் "படியெடு"க்கப்பட்டது எனத் தலித் சாகித்ய அகடாமி பதிவு செய்திருப்பதால் அங்குச் சென்று மூலநூலைப் பார்க்க வேண்டிய நிர்ப்பந்தம் ஏற்பட்டது. அங்குத் தலித் சாகித்ய அகாடமியின் 1999 ஆண்டு மறுபதிப்பு நூலின் பிரதிதான் இருக்கிறது, மூலநூல் இல்லை! இதுபோன்ற நூல்களை வெளியிடுவதற்கு பரிந்துரைப்பவர் எம். கண்ணன். இரட்டைமலை சீனிவாசன் நூலின் நகலைக் கொடுத்ததும் அவர்தான். தலித் சாகித்ய அகாடமி, தலித் இதழ், வே. பிரபாகரன், ஸ்டாலின் ராஜாங்கம் ஆகியோரின் நான்கு மறுபதிப்பு நூற்களையும் அவரிடம் காட்டினேன். "நான் கொடுத்தது சிதைந்த மூலநூல், அது முழுமையானது அல்ல. வே.பிரபாகரன் வெளியிட்ட மறுபதிப்புதான் மூலநூல்." என்றார் அவர்.[7] எனவே, தலித் சாகித்ய அகாடமியும் தலித் இதழும் "மூலநூலில் சிதைந்துள்ளது" எனக் கூறியதை "சிதைந்த மூலநூல்" எனப் புரிந்து கொள்வோம். மேற்குறிப்பிட்ட நான்கு மறுபதிப்புகளிலும் ஒன்றுக் கொன்று முரண்பட்ட தகவல்கள் இல்லை. முதல் இரண்டு பதிப்புகளிலும் விடுபட்ட பகுதிகளை வே. பிரபாகரன் நிறைவு செய்துள்ளார். இந்த நூலில் பறையன் இதழின் முகப்புப் பக்கம், அவரது மனைவி ரங்கநாயகி, இரட்டைமலை சீனிவாசனின் ஆறு வெவ்வேறு புகைப்படங்கள் ஆகியன உள்ளன. எனவே, இரட்டைமலை சீனிவாசனின் ஜீவிய சரித்திர சுருக்கம் நூலை முதன்முதலில் முழுமையாக வெளியிட்டவர் வே. பிரபாகரன் எனக் கூறலாம்.

மீண்டும் சிதைந்த மூலநூல்!

வே. பிரபாகரனின் மறுபதிப்பு வெளியாகி சுமார் 14 வருடங்களுக்குப் பின்னர் மீண்டும் ஓர் மறுபதிப்பை 2017ஆம் ஆண்டு ஸ்டாலின் ராஜாங்கம் வெளியிட்டார். "இந்நூலின் முதல் பதிப்பு ஆண்டு தெரியவில்லை. இந்தப் பதிப்பு 'தலித் சாகித்ய அகாடமி' வெளியிட்ட பதிப்பை (1999) அடியொற்றி உருவாக்கப்பட்டுள்ளது" என இந்த நான்காவது மறுபதிப்பில் கூறப்பட்டுள்ளது. இதில் பதிப்புரை, இரட்டைமலை சீனிவாசனின் ஜீவிய சரித்திரச் சுருக்கம் நூல் (மூன்று அநுபந்தங்கள் உட்பட) இவைகளுக்குப் பதிப்பாளரின் பின்குறிப்பு, ஆறு பின்னிணைப்புகள் என நூல் கட்டமைக்கப்பட்டுள்ளது. இரட்டைமலை சீனிவாசனைப் பற்றி வெளியான சில நூற்களை பதிப்பாசிரியர் பட்டியலிட்டுள்ளார். அதில் காலவரிசை இல்லை. அவற்றை வெளியிட்ட பதிப்பகம், ஆண்டு குறித்த தகவல்கள் முழுமையாக இல்லை. வே. பிரபாகரனின்

7. நேர்காணல்: எம் கண்ணன், பிரஞ்சு அய்வு நிறுவனம், புதுச்சேரி, நாள் 04 நவம்பர் 2017

மேற்குறிப்பிட்ட முழுமையான மறுபதிப்பைக் குறிப்பிடவில்லை. நூல் வெளியான "முதல் பதிப்பு ஆண்டு தெரியவில்லை" எனக் கூறும் பதிப்பாசிரியர் அதைச் 1939 எனச் சரியாகக் கணக்கிட்டுள்ளார்.[8] ஆனால் இந்தத் தகவல் வே. பிரபாகரனின் மறுபதிப்பில் உள்ளது. "புதிதாக ஆறு பின்னிணைப்புகளும் 40 அடிக்குறிப்புகளும்" இந்த நூலின் "தனித்தன்மை" எனப் பதிப்பாசிரியர் குறிப்பிடுகிறார். ஜீவிய சரித்திரச் சுருக்க நூலை அடுத்துள்ள பின்குறிப்பை அவர் "அடிக்குறிப்பு" என்கிறார். அடிக்குறிப்பு, பின்குறிப்பு இவற்றில் எதைப் பின்பற்றினாலும் சிக்கல் இல்லை. சில அடிப்படை நோக்கங்கள் அவற்றுக்கு உண்டு. ஆசிரியரின் கூற்றுக்கு உரிய ஆதாரங்களைக் காட்டுதல், அது தொடர்பான குறிப்புகளைத் தருதல், ஆய்வின் நம்பகத்தன்மை, ஆராய்ச்சி நேர்மை போன்றவை அந்த நோக்கங்கள். இது ஆராய்ச்சியின் அடிப்படையான பொதுவிதி; அது "தனித்தன்மை" அல்ல.[9] பதிப்பாசிரியர் கூறும் மற்றொரு தனித்தன்மை "ஆறு புதிய பின்னிணைப்பு"களாகும். இவற்றில் ஒன்று தலித் இதழிலிருந்தும், இரண்டு வே. அலெக்ஸ் மூலம் பெறப்பட்டவை, இவை ரவிக்குமார் 2008ஆம் ஆண்டு பதிப்பித்த "எனது வாழ்க்கை" நூலில் இணைக்கப்பட்டவை எனப் பதிப்பாசிரியர் கூறுகிறார். அ. ராமசாமி எழுதிய "தமிழ்நாட்டில் காந்தி" நூலில் இடம்பெற்றுள்ள காந்தி — இரட்டைமலை சீனிவாசன் சந்திப்பு பற்றிய செய்தி "என்னால் புதிதாகச் சேர்க்கப்படுகிறது" (பின்னிணைப்பு 5)[10] எனப் பதிப்பாளர் கூறும் அந்தத் தகவலின் பெரும்பகுதி 2003ஆம் ஆண்டு வே. பிரபாகரன் நூலில் இடம்பெற்றுள்ளது.[11] ஆறாவது பின்னிணைப்பாக இரட்டைமலை சீனிவாசனின் மனைவி அரங்கநாயகி கல்லறையிலுள்ள கல்வெட்டுகள் ஆகும்.

பதிப்பாசிரியர் கூறும் "ஆறு புதிய பின்னிணைப்பு"களில் அரங்கநாயகி அம்மாள் கல்வெட்டைத் தவிர பிற எந்தெந்தப் பின்னிணைப்புகள் எங்கெங்கிருந்து பெறப்பட்டன எனக் கூறவில்லை. "தாழ்த்தப்பட்ட வகுப்பினருக்கான அரசியல் காப்பு உரிமைகள்", "சிறுபான்மையினர் ஒப்பந்தம்" ஆகிய 3 & 4—வது பின்னிணைப்புகள் அம்பேத்கரின் "தீண்டப்படாதவர்களுக்கு

---

8. இரட்டைமலை ஆர். சீனிவாசன் ஜீவிய சரித்திரச் சுருக்கம், (நாகர்கோவில்: காலச்சுவடு, 2017) ப. 8

9. தமிழில் 'ஆய்வுக்' கட்டுரைகள், நூற்கள் எழுதுவோரில் ஆகப் பெரும்பாலானோர் ஆய்வு முறையியலைப் பின்பற்றுவதில்லை. இந்தப் போக்கு மாற்றப்பட வேண்டும்.

10. இரட்டைமலை ஆர். சீனிவாசன் ஜீவிய சரித்திரச் சுருக்கம், பக். 100 - 102.

11. வே.பிரபாகரன், இரட்டைமலை சீனிவாசன் வரலாறு, பக். 92-95.

காங்கிரசும் காந்தியும் சாதித்தது என்ன?" என்ற நூல் தொகுப்பில் *"தாழ்த்தப்பட்ட வகுப்பினருக்கான அரசியல் பாதுகாப்புரிமைகள்", "சிறுபான்மையினர் ஒப்பந்தம்"* என்ற தலைப்புகளில் அடுத்தடுத்து *(பின்னிணைப்பு II, & III)* இடம்பெற்றுள்ளன.[12] இவற்றோடு பதிப்பாசிரியர் இணைத்துள்ள இந்த இரண்டு பின்னிணைப்புகளையும் ஒப்பிட்டு வாசித்தால் அம்பேத்கர் நூல் தொகுப்பிலுள்ள மேற்குறிப்பிட்ட பின்னிணைப்புகள் இங்கு இணைக்கப்படவில்லை என்பது தெளிவு. அம்பேத்கர் நூல் தொகுப்பிலும், பதிப்பாசிரியர் மறுபதிப்பிலும் இடம்பெற்றுள்ள பின்னிணைப்புகளை வெவ்வேறு மொழிபெயர்ப்பாளர்கள் மொழிபெயர்த்தனர் என்பதை விளங்கிக் கொள்ள முடிகிறது. ஸ்டாலின் ராஜாங்கம் மறுபதிப்பில் *"தாழ்த்தப்பட்ட வகுப்பினருக்கான அரசியல் காப்பு உரிமைகள்"* என மொழியாக்கம் செய்திருப்பது பொருள் மயக்கத்தைத் தருகிறது. அம்பேத்கர் நூல் தொகுப்பிலுள்ள *"... பாதுகாப்புரிமைகள்"* என்ற வார்த்தை பதிப்பாசிரியரின் பின்னிணைப்பில் *"..காப்பு உரிமைகள்"* என மொழியாக்கம் செய்யப்பட்டுள்ளது. *"காப்பு"* என்ற சொல் கையில் அணியும் அணிகலனைச் சுட்டுவதற்குப் பயன்படுத்தப்படுகிறது. காப்பு உரிமை என்றால் வேறு பொருளைத் தரும் என்பதை ஸ்டாலின் ராஜாங்கம் கவனத்தில் கொள்ளவில்லை. இவ்விடத்தில் பாதுகாப்புரிமை என்ற வார்த்தைதான் பொருத்தமானது. பதிப்பாசிரியர் அந்தப் பின்னிணைப்புகளை மொழியாக்கம் செய்தது யார்? எனக் கூறவில்லை. இவ்விரண்டு பின்னிணைப்புகளும் இந்த மறுபதிப்புக்குப் பொருத்தமற்றவை. இந்த ஆறு பின்னிணைப்புகளும் புதியவை அல்ல அவை பழையவைதான். இந்த மறுபதிப்பின் பலகீனமானது, இரட்டைமலை சீனிவாசன் ஜீவிய சரித்திரச் சுருக்கம், அநுபந்தங்கள், பின்னிணைப்புகள் ஆகியவற்றிலுள்ள தகவல்களையே ஸ்டாலின் ராஜாங்கம் தன் பதிப்புரையிலும், பின்குறிப்பிலும் திரும்பத் திரும்ப எழுதியுள்ளார். உதாரணத்திற்கு சாம்பவ சாம்பான், பறையன் பத்திரிகை போன்றவற்றைக் கூறலாம்.[13] பதிப்புரை, மறுபதிப்பு, அடிக்குறிப்பு இவற்றில் ஏதாவது ஒன்றைப் படித்தால் அந்த நூலைப் புரிந்து கொள்ளலாம். பதிப்புரையில் இடம்பெற்றுள்ள *"காலனிய வாசஸ்தலமே"*, *"பிரிட்டிஷ் அரசின் அத்தாரிட்டியாக அச்சுக் கலாச்சாரம்..."* போன்ற சொற்கள் பொருள்மயக்கம் தருகின்றன. பல குறைபாடுகளுடன் மறுபதிப்பு வெளியாகி சுமார் 18 ஆண்டுகளுக்குப் பின்னர் அந்த நூலையே மீண்டும் மறுபதிப்பு செய்வதானது இரட்டைமலை

---

12. டாக்டர் அம்பேத்கர் நூல் தொகுப்பு, தொகுதி. 16, (புதுடில்லி: டாக்டர் அம்பேத்கர் பவுண்டேஷன், 1999), பக். 489 - 503.

13. இரட்டைமலை ஆர். சீனிவாசன், ஜீவிய சரித்திரச் சுருக்கம், பக்.15 - 16.

சீனிவாசன் குறித்த வாசிப்பு நிகழவில்லை என்பதைத் தெரிவிக்கிறது. இரட்டைமலை சீனிவாசன் தன் ஜீவிய சரித்திரச் சுருக்கம் நூலில் ஆங்காங்கு சில புள்ளிகளை வைத்துள்ளார். அதை நிரப்பும் பணி தலித் ஆய்வாளர்களுக்கு உண்டு. உதாரணத்திற்கு, பொதுவுரிமையை நவீன சட்டத்தின் அடிப்படையில் தலித்துகள் பெறுவதற்காக முதன்முதலில் சென்னை மாகாணப் பேரவையில் (1919 நவம்பர்) போராடியவர் எம்.சி. ராஜா. குடியுரிமை, வரிசெலுத்துவோர் போன்ற கோட்பாடுகளை முன்வைத்து அந்த உரிமையைக் கோரினார் அவர். இந்த மசோதா தோல்வியடைந்தது. பின்னர் இரட்டைமலை சீனிவாசன் (1924 ஆகஸ்ட்) அந்த மசோதாவை அறிமுகம் செய்தபோது அது நிறைவேறியது. இந்த மசோதாவின் தோல்விக்கும் வெற்றிக்கும் இடையில் ஐந்து வருடங்கள் இருந்தன. இந்தக் காலகட்டங்களில் தலித்துகளிடம் இது குறித்து என்ன உரையாடல் நிகழ்ந்தது? குறிப்பாக, எம்.சி. ராஜாவும் இரட்டைமலை சீனிவாசனும் இது தொடர்பாக உரையாடினரா? இதில் இதர தலித் பிரதிநிதிகளின் பங்கு என்ன? எனப் பல கேள்விகள் எழுகின்றன. ஆனால் முதல் மறுபதிப்பு வெளியாகி 18 ஆண்டுகள் கடந்த பின்னருங்கூட ஸ்டாலின் ராஜாங்கம் பல கேள்விகளுக்கு "விடை தேடவேண்டும்" எனக் குறிப்பிடுவது தலித் ஆராய்ச்சியில் தேக்கநிலை இருப்பதைக் காட்டுகிறது. 1999 ஆம் ஆண்டு முதல் 2017ஆம் ஆண்டு வரை ஒரே புத்தகத்தை மீண்டும் மீண்டும் பலர் பதிப்பிப்பது ஏன்? வருங்காலங்களில் யார் யார் மறுபதிப்புச் செய்வர்? இருப்பினும், மீண்டும் முழுமையான மறுபதிப்பு அவசியம்.

அவர் பெயர்தான் என்ன?

பொதுவாக இரட்டைமலை சீனிவாசன் என அவரை அழைப்பதால் இரங்கோன் சுயதேக்கன் கோபுர சரித்திரம் நூலை 2016-ஆம் ஆண்டு கண்டெடுத்து அதில் இரட்டைமலை ஸ்ரீநிவாசம் என்ற பெயர் இருப்பதைக் கண்டு குழப்பம் ஏற்பட்டது. சிலரிடம் வினவியபோது அது அச்சுப் பிழையாக இருக்கலாம் எனக் கூறினர். எனவே, தன் பெயரை அவரும் பிறரும் எவ்வாறு எழுதினர்? அரசாங்க ஆவணங்கள், தமிழ், ஆங்கில ஊடகங்கள் அவர் பெயரை எவ்வாறு பதிவு செய்தன? என்ற கேள்விகள் எழுகின்றன. மூல நூலைப் பதிப்பித்தோரில் ஸ்டாலின் ராஜாங்கம் அவருடைய பெயர் குறித்த சிக்கலைப் பேசியுள்ளார். "அவர் பெயரின் ஆங்கில முதலெழுத்தான ஆர். என்பதை வைத்துப் பார்க்கும்போது ரெட்டைமலை என்றே குறிப்பிட வேண்டும்" எனக் கூறுகிறார். அதாவது "இரட்டைமலை" என்பதற்குப் பதிலாக 'ரெட்டைமலை' எனக் குறிப்பிட வேண்டுமாம்! "ஆனால், அவரே இரட்டைமலை சீனிவாசன் என்று குறிப்பிட்டிருப்பதை ஒட்டி

அப்பெயரே கையளாப்பட்டுள்ளது" எனக்கூறும் பதிப்பாசிரியர்[14] நூலின் அட்டையில் "இரட்டைமலை ஆர். சீனிவாசன்" எனப் பதிவு செய்துள்ளார். இந்தப் பெயர் அந்நூலின் "தாழ்த்தப்பட்ட வகுப்பினருக்கான அரசியல் காப்பு உரிமைகள்" என்ற மூன்றாவது பின்னிணைப்பிலும் உள்ளது. அம்பேத்கர் தொகுப்பிலிருக்கும் இந்தப் பின்னிணைப்பில் "ராவ்பஹதூர் இரட்டைமலை ஸ்ரீநிவாசன்" என்றுதான் உள்ளது.[15] இந்தப் பெயரை ஆங்கிலத்தில் "Erattaimalai R. Srinivasan" என மொழியாக்கமும் செய்துள்ளார். அவரது தந்தை பெயர் "ரெட்டைமலை என்றறியப்படுகிறது" எனப் பின்குறிப்பு 3—ல் குறிப்பிடுகிறார். அவ்வாறென்றால் அவரைப் பொதுவாக எல்லோரும் குறிப்பிடுவதுபோல் இரட்டைமலை சீனிவாசன் அல்லது ஆர். ஸ்ரீனிவாசன் அல்லது ஆர்.சீனிவாசன் அல்லது இந்தப் பதிப்பாசிரியர் குறிப்பிடுவது போல் ரெட்டைமலை சீனிவாசன் எனக் குறிப்பிடலாம். ஆனால் இரட்டைமலை ஆர். சீனிவாசன் எனப் புதிய பெயர் சூட்டியதற்கான காரணம் என்ன என்பதை ஸ்டாலின் ராஜாங்கம் விளக்கவில்லை. அந்தப் பெயரை 'இரட்டைமலை ரெட்டைமலை சீனிவாசன்' எனப் புரிந்து கொள்ளலாமா? இதை விளக்கும் பொறுப்பை அந்தப் பெயரைச் சூட்டிய பதிப்பாசிரியரிடம் விட்டுவிடலாம்.

சென்னை மாகாணப் பேரவை ஏடுகளில் திரு. ஆர். ஸ்ரீனிவாசன் என்றும் பின்னர் ராவ் சாகிப், ராவ் பகதூர், ஸ்ரீ திவான் பகதூர் என அவருக்குக் கொடுக்கப்பட்ட பட்டங்கள் அவருடைய பெயருக்கு முன்னொட்டாகச் சேர்க்கப்பட்டுள்ளன. திராவிடன் பத்திரிகையில் ராவ்பகதூர் ஆர். சீனுவாசன், குடி அரசு பத்திரிகையில் ராவ்பகதூர் ஆர். சீனிவாசன் என்றும் திவான்பகதூர் ஆர். ஸ்ரீனிவாசன்[16] என்றும் பூலோகவியாசன் பத்திரிகையில்[17] ஸ்ரீ இரட்டைமலை ஸ்ரீ நிவாசம் பிள்ளை, இர. சீனிவாசம்பிள்ளை, ஸ்ரீ.இர.ஸ்ரீநிவாசம் பிள்ளை, இர.ஸ்ரீ.பிள்ளை எனக் குறிப்பிட்டுள்ளனர்.[18] Swarajya, Madras Mail, Daily Express ஆகிய ஆங்கில ஊடகங்களில் R. Srinivasaa, R. Srinivasam, Rettimalai Srinivasan என்றும்[19] பதிவு செய்யப்பட்டுள்ளன. பொதுவாக R. Srinivasan, M.L.C. என்ற பெயரை அவர் அனுப்பிய கடிதங்களிலும்

---

14. இரட்டைமலை ஆர். சீனிவாசன், ஜீவிய சரித்திரச் சுருக்கம், ப.18.
15. அம்பேத்கர் நூல் தொகுப்பு தொகுதி 16, ப.489
16. திராவிடன், 27 ஜூன் 1932, ப. 9; குடி அரசு, 29 மே 1932, ப.12; குடி அரசு, 12 ஏப்ரல் 1936, ப.6.
17. பூலோகவியாஸன், மார்ச் 1909, பக். 85 - 87; ஏப்ரல், பக். 113 - 114.

பத்திரிகைகளிலும் காணமுடிகிறது. இதர பெயர்கள் ஓரிரு முறை மட்டும் சில இடங்களில் பதிவாகியுள்ளன. ஆங்கிலத்தில் Rettimalai Srinivasan என்ற பெயர் எம்.சி.ராஜா, இரட்டைமலை சீனிவாசன் ஆகியோர் லார்ட் லீ குழுவின் கேள்விகளுக்கு சாட்சியம் அளித்த செய்தி வெளியான Daily Express ஆங்கிலப் பத்திரிகையில் பதிவானது.[20] Rettimalai என்ற பெயரின் முதல் எழுத்தைத் தன் பெயருக்கு முன் சுருக்கமாக R என ஆங்கிலத்திலும், இ. எனத் தமிழிலும் சுருக்கமாக இ.ஸ்ரீ என இரட்டைமலை சீனிவாசன் எழுதினார். ஸ்டாலின் ராஜாங்கம் குறிப்பிடுவதுபோல் Erattaimalai எனப் பதிவு செய்யவில்லை. "மூலப் பிரதியில்" உள்ளவாறே மீண்டும் பதிப்பிக்கப்பட்டுள்ளது எனக் கூறி இரட்டைமலை ஸ்ரீனிவாசன், இரட்டைமலை சீனிவாசன், இரட்டைமலை ஆர். சீனிவாசன் என வகை வகையாகப் பெயர்களைப் பதிவு செய்ததால் இந்த விசாரணை தவிர்க்க இயலாததாகிவிட்டது. அவருடைய பெயர் இரட்டைமலை ஸ்ரீநிவாசம், இ. ஸ்ரீநி(னி)வாசம் எனத் தொடங்கி பின்னர் திரிந்து இரட்டமைமலை சீனிவாசன் என மாற்றம் அடைந்தது. இந்த விசாரணைக்கான மற்றொரு முக்கியக் காரணம் மொழி ஓர்மை. மத நிலைப்பாட்டில் ஆரிய பார்ப்பனியத்தை எதிர்த்தோர் அதை மொழியிலும் வெளிப்படுத்தினர். இரட்டைமலை சீனிவாசனும் அதைச் செய்தாரா என்ற கேள்விக்கான பதிலைத் தேடுவதுதான் இதன் நோக்கம். 'ஸ்ரீ' என்ற எழுத்து சமஸ்கிருதம் அல்லது பாலி மொழியைச் சேர்ந்தது எனக் கூறுவதுண்டு. அவர் தன் பெயரைத் தமிழில் இரட்டைமலை ஸ்ரீனிவாசன் அல்லது இ. ஸ்ரீனிவாசன் என்றும் ஆங்கிலத்தில் R. Srinivasan என்றும் எழுதினார். தமிழில் இர, இரா, இரெ போன்ற முதல் எழுத்துக்களில் தொடங்கும் எழுத்துகளை ர, ரா, ரெ எனத் தொடங்குவதும் வழக்கம் எனவே இர. சீனிவாசன் ஆர். சீனிவாசன் ஆனார். தற்காலங்களில் தலித்துகள் அவரைத் "தாத்தா" என அன்பாகவும் செல்லமாகவும் அழைக்கின்றனர். தாத்தா உறவுமுறை கிண்டலும் கேலியும் கலந்தது என்பதை

---

18. பறையர்கள், சாம்பவர்கள் தங்கள் பெயர்களின் பின்னொட்டாகப் "பிள்ளை"ப் பட்டத்தை இணைத்துக்கொள்வது வழக்கம். பிள்ளைப் பட்டம் பின்னொட்டாக இணைத்துக் கொண்டதற்காகப் பறையர்கள் மீது ஆதிக்க சாதியினர் வன்முறையை ஏவிய சம்பவங்களும் நிகழ்ந்தன. பார்க்க: கோ.ரகுபதி, 'வன்முறைக்கு வியாக்கியானம்', புதுவிசை, செப். 2013, ப.30.

19. GO. No. 712, Law General (Ordinary) 03 March 1925; GO. No. 382, Public (Ordinary), 27 April 1925; GO. No. 2596, Law General, 18 August 1925.

20. அந்தப் பத்திரிகையில் தேதி ஆண்டு 10.01.1924 எனத் தெரிகிறது. இது GO. No. 382, Public (Ordinary), 27 April 1925 ***என்ற அரசாணையில் உள்ளது.***

எடுத்துரைக்க வேண்டிய அவசியம் இல்லை. பௌத்தவாதியான அயோத்திதாசரை ஞானியாக முன்னிறுத்தும் தலித்துகள் கம்பீரத் தோற்றமும் கூர்மையான பார்வையும் கொண்ட போராளியான இரட்டைமலை சீனிவாசனுக்கு “தாத்தா” பட்டம் வழங்கியது ஏன்? இந்தப் பட்டம் அந்தப் போராளிக்குப் பொருத்தமற்ற பெயர் அது நீக்கப்பட வேண்டும். இரட்டைமலை சீனிவாசனின் மனைவியின் பெயரை வே. பிரபாகரன் ரங்கநாயகி எனக் குறிப்பிட்டுள்ளார். ஸ்டாலின் ராஜாங்கம் தன் பதிப்புரையில் ரெங்கநாயகி அம்மாள் என்றும் ஆறாவது பின்னிணைப்பின் அடிக்குறிப்பில் அரங்கநாயகி அம்மாள் என்றும் குறிப்பிட்டுள்ளார். அரங்கநாயகி என்ற பெயர் அவருடைய கல்லறை கல்வெட்டில் இடம்பெற்றுள்ளது.

பௌத்தத்தைக் கடந்தும் சிந்திக்கலாம்

அன்றைய சென்னை மாகாணத்தில் வசித்த திராவிட தலித்துகளும் அவர்களின் இன்றைய வாரிசுகளும் பெற்றிருக்கும் முன்னேற்றத்தில் மிக முக்கியப் பங்காற்றிய தலித் தலைவர்களாக எம்.சி.ராஜா, இரட்டைமலை சீனிவாசன், ஆர். வீரையன் போன்றோரைக் கூறலாம். இவர்கள் பிறப்பால் பறையர் சாதியைச் சேர்ந்தவர்கள் என்றபோதிலும் தீண்டாமைக்குட்பட்ட அனைத்து சாதிகளின் பொதுவுரிமைக்காகவும் போராடினர். இவர்களை தலித் பொதுவுரிமைப் போராளிகள் எனலாம். இதற்கு நேர்மாறாக, அயோத்திதாசர் தலைமையிலான தலித்துகள் பௌத்த சங்கம் கட்டமைத்தல், பௌத்த வரலாறு எழுதுதல் போன்றவற்றில் தங்கள் கவனத்தைக் குவித்தனர். இன்று பௌத்தத்தைச் சிலாகித்து எழுதும் தலித் எழுத்தாளர்களின் இந்த வளர்ந்த நிலைமைக்கு அடித்தளம் அமைத்தவர்கள் தலித் பொதுவுரிமைப் போராளிகள்தான் என்றால் அது மிகையான கூற்றல்ல. ஆனால் அயோத்திதாசர் எழுத்துகள் வெளியான பின்னர் தலித் எழுத்துகள் பௌத்தத்தில் சுருங்கிவிட்டன. கடந்த இரு பத்தாண்டுகள் தலித்துகள் தொடர்பாக வெளியான கட்டுரைகள், நூற்கள் ஆகியவற்றைக் கணக்கிட்டால் இவற்றில் பெரும்பாலானவை பௌத்தம் தொடர்பானவையாக இருக்கும். பௌத்தச் சிந்தனைப் பள்ளியினர் தலித்துகளை ஒடுக்கப்பட்ட நிலைமையிலிருந்து விடுவிப்பதற்கான போராட்டத்தில் அதிகக் கவனம் செலுத்தவில்லை என்றபோதிலும் தலித் அறிஞர்களின் கவனத்தைப் பெற்றுள்ளனர். தலித்துகளுக்காகக் களப்போராட்டம் நடத்தும் இயக்கங்களைத் தூரத்திலிருந்து வேடிக்கை பார்த்து கருத்துச் சொல்வதில் இந்த அஃமார்க் தலித் எழுத்தாளர்களின் கவனம் குவிந்துள்ளது. (பெரியார், பொதுவுடைமை எதிர்ப்பு, பௌத்தச் சிலாகிப்பு, இந்துத்துவத்தைப் பேசமறுத்தல் ஆகியன அஃமார்க் தலித் எழுத்தாளருக்கான தகுதிகள்). பொதுவுரிமைப் போராளிகள்

பெற்றுத் தந்த பொதுக்களங்களை இந்துத்துவம் அழித்தொழிக்கும் இந்தத் தருணங்களிலும் சந்நியாசிகளைப்போல் பௌத்தத்தையே சிலாகிக்கின்றனர். நிறைவேற்றப்படாத தலித் விடுதலை முழுமைபெற வேண்டுமென்றால், தலித்துகளின் எதார்த்த நிலைமையை உணர்ந்து பொதுவுரிமைக்கான போராட்டத்தை முன்னின்று நடத்திய/நடத்துகின்ற இயக்கங்களையும் தலைவர்களையும் அடையாளங்கண்டு அந்த வரலாற்றை எழுதுவது தவிர்க்க இயலாதது.

திவான் பஹதூர்
இரட்டைமலை ஸ்ரீநிவாசன்
அவர்கள்

ஜீவிய சரித்திர சுருக்கம்

ஆதி திராவிடர்கள் அபிவிருத்தியை நாடி
அரசாங்கத்தார் அனுசரணையைக் கொண்டு
ஐம்பது வருடங்களாய் உழைத்த
ஜீவிய சரித்திரத்தை
வெகு சுருக்கமாகக் குறிக்கப்பட்டிருக்கிறது

PRINTED AT
PAYNE & CO., MADRAS
1939

விலை ஓர் அணா

முகவுரை

அநேக ஆயிரம் வருஷங்களில் மிக சொற்பமான...
ஐம்பது வருஷ காலத்தில் தற்போது
ஆதிதிராவிடர்களென்றழைக்கப்படும் சமூகத்தவர்களடைந்த
அபிவிருத்தியை
என் ஜீவிய சரித்திரத்தில் கண்டிருக்கிறேன்.
ஆதி திராவிட சமூக சரித்திரத்தில் இந்தச் சரித்திரமும்
சேர்க்கப்படுமென்பது என் நோக்கம்.

இதர சமூகத்தவர்களும், சமயத்தவர்களும்,
இச்சமூகத்தவர் முன்னேற்றத்தை நாடி செய்து வந்திருப்பது
தன்னயத்தேட்டம் என்றும்,
இச்சமூகத்தவர்கள் தங்கள் இடைவிடா முயற்சியால்
விருத்தி பெற்று வருகிறார்கள்
என்றும்
இச்சரித்திரத்தால் விளங்கும்.

ராவி சாஹிப்
இரட்டைமலை ஸ்ரீனிவாசன்
தன் சமூகத்தினருக்கு ஒரு ஞானியாகவும்
வழிகாட்டியாகவும், சிநேகிதனாகவுமிருந்து
அவர்களுடைய நன்மதிப்பைப் பெற்றார்.

செங்கல்பட்டு கலெக்டர்

அரசாங்கத்தார் அபிப்பிராயம்

"1926 ஞு பிப்ரவரி மீ 20 -உ சனிக்கிழமையன்று சைதாப்பேட்டையில் கூடிய தர்பாரின்போது ம-ள-ள-ஸ்ரீ இரட்டைமலை ஸ்ரீனிவாசன் அவர்களுக்கு மேன்மை பொருந்திய (H.E.) இராஜபிரதிநிதியாகிய இந்தியாவின் கவர்னர் ஜெனரல் அவர்கள் ராவ்சாஹிப் பட்டமும் அதற்கு அறிகுரியாகிய ஓர் சின்னமும் கொடுத்ததை முன்னிட்டு செங்கல்பட்டு கலெக்டர் கனம் சீதாராமையா பந்தலுகாரு M.A. கீழ்கண்டவாறு சொற்பொழிவாற்றினார்.

"அடுத்தப்படியாக கௌரவத்தை ஏற்கும் பாக்கியம் பெற்றவர் தற்சமயம் பூந்தமல்லியில் வசிக்கும் ம-ள-ள-ஸ்ரீஇரட்டைமலை ஸ்ரீனிவாசன் அவர்களாவார். இப்பொழுது இவர் 65 வயதான வயோதிகப் பருவமடைந்த பெரியார். ஆதி திராவிடர்களுக்காகப் பாடுபடும் வீரர். இவர் கோயம்புத்தூர் கலாசாலையில் கல்வி பயிற்சிபெற்று கணக்கு நிர்வாகத்தில் பிரத்தியேக திறமையடைந்தார். தான் பிறந்த குலத்திற்குத் தன்னால் கூடியவாறு ஊழியம் செய்வதே இவருடைய முக்கிய கொள்கை. 1891 ஞு இவர் பொது ஊழியத்தில் ஈடுபட்டு சென்னை (பறையர் மகாஜன சபை) ஆதிதிராவிட மகாஜன சபையை நிர்ணயித்தார். 1893 ஞுத்தில் "பறையன்" என்னும் வெறுக்கத்தக்க பெயரின் காரணமாகப் பல தலைமுறைகளாக அநேக கஷ்டங்களுக்குள்ளாக்கப்பட்டு வரும் தன் ஜாதியினரை முன்னேற்றமடைவிக்கக் கருதி "பறையன்" என்னும் ஒரு பத்திரிகையை பிரசுரிக்க ஆரம்பித்தார். 1893 ஞு டிசம்பர் மீ 23- உயன்று தன்னுடைய மக்கள் உணர்ச்சிபெற்று எழும்புமாறு ராயப்பேட்டை வெஸ்லியன் மிஷன் மண்டபத்தில் ஒரு பெரிய கூட்டம் கூட்டினார். 1895 ஆம் ஞு அக்டோபர் மீ 23- உ டவுன் ஆலில் என்றும் இதுவரையில் இவர்களால் நடத்தப்படாத ஒரு பெரிய கூட்டம் கூடினது. முப்பத்திரண்டு வருடங்களுக்கு முன்பே Mr. ஸ்ரீனிவாசன் (தங்கள் உரிமைகளை உணர்ந்து வாதாடி வாங்க சக்தி இல்லா) மௌனிகளாயிருந்த ஆதி திராவிடர்களுக்கு முதன்முதலாக (தங்கள் உரிமைகளை உணர்ந்து அவற்றை வெளியிடும்) உணர்ச்சியை அளித்தார். சிதருற்று இருந்த இந்த வகுப்பினர் ஒன்று சேர்க்கப்பட்டு மற்ற ஜாதியினரைப்போல் இந்திய தேசத்தில் ஒரு தனிப்பட்ட வகுப்பினரென்று பொறுப்பையடைந்தார்கள். 1895ஆம் ஞு டிசம்பர் மீ 6- உ என்றும் மறவாத ஒரு விஷேசநாள். இவர் அப்பொழுது இருந்த வைசிராயும் இந்தியாவின் கவர்னர் ஜெனரலுமான மேன்மை பொருந்திய (H.E.) எல்ஜின் பிரபுவின்முன் ஆதிதிராவிடர்களின்

ஞு - வருடம், மீ - மாதம், உ - நாள்

பிரதிநிதிக் கூட்டம் ஒன்றைக் கொண்டுபோனார். 1986ஆம் ஷுத்தில் ஆதிதிராவிடர்களின் சார்பாகச் சென்னை கவர்னராக இருந்த மேன்மை பொருந்திய (H.E) வேன்லாக் பிரபு இங்கிலாந்திற்குப் பிரிந்து போகும்பொழுது அவருக்குப் பிரியானுபசாரப் பத்திரிகை ஒன்றை வாசித்துக் கொடுத்தார். 1900ஆம் ஷுத்தில் Mr. ஸ்ரீனிவாசன் இங்கிலாந்திற்குப் போகும்வரையில் 'பறையன்' என்னும் பத்திரிகை நடந்து வந்தது. பிறகு அவர் தென் ஆப்பிரிக்காவிற்குப் போய், யுனியன் கவர்ன்மெண்டில் 1904ஆம் ஷுத்தில் வேலையில்லமர்ந்தார். பதினாறு வருடம் விசுவாசத்துடன் வேலை செய்த பிறகு இரண்டு வருட கிழக்கு ஆப்பிரிக்காவிலிருந்துவிட்டு இவர் வேலையிலின்றும் நீங்கினார். 1921ஆம் ஷுத்தில் தனது இந்திய நாட்டிற்குத் திரும்பினார். தென் ஆப்பிரிக்காவிலிருந்த காலத்தில் இவர் இராஜிய விஷயங்களில் தலையிடாமலே இருந்தார். தன்னுடைய ஜனங்கள் தன்னம்பிக்கை, மதுபானமின்மை, மட்டான செலவு முதலிய நற்குணங்களை விருத்தி செய்யும் வரையில் முன்னேற்றம் அடைய மாட்டார்கள் என்பது இவருடைய நம்பிக்கை. ஆதிதிராவிடர்கள் இராஜ விசுவாசத்துடன் இல்லாவிட்டால் தங்களை ஆளும் அதிகாரிகளின் அனுதாபத்தை இழந்துவிடுவார்கள் என்பதை இவர் ஆராய்ந்துணர்ந்தார். இவர் தென் ஆப்பிரிக்காவிலும் தென்னிந்தியாவிலும் வசிக்கும் தன் சமூகத்தினருக்கு ஒரு ஞானியாகவும், வழிகாட்டியாகவும், சிநேகிதனாகவுமிருந்து அவர்களுடைய நன்மதிப்பைப் பெற்றார். தன் தாய் தேசத்திற்குத் திரும்பிய இரண்டு வருடங்களுக்குப் பிறகு சென்னை சட்டசபை அங்கத்தினராக நியமிக்கப்பட்டு அன்றுமுதல் இன்று வரையில் அச்சட்டசபையில் ஆதிதிராவிடர்கள் நன்மைக்காக கண்ணும் கருத்துமாய் உழைத்து வருகிறார். தான் பிறந்த குலத்தின் முன்னேற்றத்திற்காக சுமார் 35 வருட காலங்களாக இவர் தளரா ஊக்கத்துடனும் உற்சாகத்துடனும் உழைத்து வயோதிகப் பருவமும் அடைந்தார். இம்மாதிரியான அமரிக்கையும் வெளிப்பிரஸ்தாபமுமற்ற ஊழியத்தின் பலனாக இவர் தன் வகுப்பினரின் நன்நோக்கத்தையும் மரியாதையையும் பெற்று இருக்கிறார். வகுப்புவாத கிளர்ச்சிகளில் ஈடுபடாத நற்குணத்தினால் இவரை மற்ற வகுப்பிலிருக்கும் பொதுநல ஊழியர்களும் கௌரவிக்கின்றனர். நம்முடைய இராஜதானியில் பேதைகளாய் இடுக்கண்களுக்குள்ளாகிக் கிடக்கும் ஆயிரக்கணக்கான மக்களிடையே முதன்முதலாகத் தோன்றி உழைத்துவந்த இவருடைய உபகாரத்திற்காக அரசாங்கத்தார் இவருக்கு ராவ்சாஹிப் என்னும் பட்டத்தை மகிழ்ச்சியுடன் அளிக்கிறார்கள். இவர் என்றும் பொது மக்களிடையே உழைத்து வரவேண்டுமென்று விரும்பி என்னுடைய நற்கோரிக்கைகளைக் கொடுப்பதோடு மேன்மை பொருந்திய இராஜபிரதிநிதியாகிய இந்தியாவின் கவர்னர் ஜெனரல் அவர்களால் அளிக்கப்பட்ட ராவசாஹிப் பட்டத்தையும் அதற்கான ஒரு சின்னத்தையும் மனப்பூர்வமாய்ப் பரிசளிக்கிறேன்.

ஜீவிய சரித்திர சுருக்கம்

என் முன்னோர் சாம்பவ சந்ததியார் என்றும், ஈஸ்ட் இந்தியா கம்பெனி காலத்தில் தஞ்சாவூரிலிருந்து வியாபார சார்பாகச் சென்னபட்டணம் வந்ததாக என் பெரியோர்கள் சொல்லுவார்கள்.

நான் செங்கல்பட்டு கிராமங்களிலொன்றில் 1860ஆம் ஶ்ரீ பிறந்தேன். கோயம்புத்தூர் கலாசாலையில் நான் வாசித்தபோது சுமார் 400 பிள்ளைகளில் 10பேர் தவிர மற்றவர்கள் பிராமணர். ஜாதி கோட்பாடுகள் மிக கடினமாய் கவனிக்கப்பட்டன. பிள்ளைகளிடம் சிநேகித்தால் ஜாதி, குடும்பம், இருப்பிட முதலானவைகளை தெரிந்துகொண்டால் அவர்கள் தாழ்வாக என்னை நடத்துவார்கள் என்று பயந்து பள்ளிக்கு வெளியே எங்கேனும் வாசித்துக்கொண்டிருந்து பள்ளி ஆரம்ப மணி அடித்தபிறகு வகுப்புக்குள் போவேன். வகுப்பு கலையும்போது என்னை மாணாக்கர்கள் எட்டாதபடி வீட்டுக்கு கடுகன நடந்து சேருவேன். பிள்ளைகளோடு கூடி விளையாடக் கூடாமையான கொடுமையை நினைத்து மனங்கலங்கி எண்ணி எண்ணி இந்த இடுக்கத்தை எப்படி மேற்கொள்ளுவதென்று யோசிப்பேன். கணக்கர் தொழிலில் சேர்ந்து நீலகிரி என்னும் மலைநாட்டில் ஐரோப்பிய வியாபார சாலைகளில் கணக்கராக இருந்த பத்து வருட காலமட்டும் தீண்டாமை என்பதை எப்படி ஒழிப்பதென்னும் கவலை எனக்குள் ஓயாமலிருந்தது.

1890ஆம் வருடம் நான் சென்னைக்கு வந்து “பறையர்” என்போரை இதர ஜாதியாரைப்போல் மேல் நிலைக்குக் கொண்டுவந்து மதிக்கும்படி செய்வதெப்படி என்று மூன்று வருடமாய் பல ஆராய்ச்சிகள் செய்தேன். தெற்கு நோக்கி ரெயில் மார்க்கமாகவும் பெரும்பாலும் நடந்தும் கும்பகோணத்தில் பாழாக்கப்பட்ட நந்தன் கோட்டை மதில், தோல்காசு நந்தன், கலம்பகம் பாடிய நந்தன், கம்மாளர் கட்டியிருந்த காந்தகோட்டையானது சாம்பவ ராஜகுமாரியால் அழிக்கப்பட்டது, திருநாளைப்போவார் என்னும் நந்தனார் நின்று துதித்த ஓமகுளக்கரை, அதையடுத்த மடம், திருச்சிராபள்ளி சாம்பவ சாம்பான், தஞ்சாவூர் பிரவியடைசாம்பான் பெரியநாயகி, மாரியம்மை, திருவாரூர் தியாக சாம்பான் முதலானவர்களைத் தகனம் செய்த இடங்களில் கட்டியிருக்கும் திருப்பணிகள், யானையேரும் பெரும்பறையன் சமாதி, அவர் சந்ததியாருக்குத் திருவாரூர் தியாக சாம்பான் ஆலயத்திலுள்ள உரிமைகள், அவர்கள் வளவில் ஒரு இரவு தங்கி விசாரித்துக்கொண்டு பல தேவாலயங்களை அடுத்து ஆங்காங்குள்ள இவ்வினத்தவர்களைக் கண்டும், குளிக்கவும்

❖ இரட்டைமலை சீனிவாசன் : ஜீவிய சரித்திர சுருக்கம் 31

குடிக்கவும் நீரற்று, வசிக்கும் குடிசை நிலையற்று, நடக்க பாதையற்று, பிழைக்க வழிவகையற்று, எங்கு சென்றாலும் தீண்டாமை என்னும் கொடுமைக்காளாகி வாய்திறந்து பேசினால் அடிபடுவதுமான குறை கோள்களைக் கேட்கும் அதிகாரிகளும் ஜாதி இந்துக்களுக்கு அஞ்சி வஞ்சகமாய் நடப்பதுமான ஆற்றொணா துன்பத்தினின்று அவர்கள் படும் துயரத்தையுணர்ந்து பூர்வ சரித்திரத்தையும் விசாரித்தறிந்து திரும்பினேன்.

சர்க்கார் ரிக்கார்டுகளைப் பரிசோதித்துப் பார்த்தபோது 1772ஆம் வருஷ முதல் இவ்வினத்தவர் பொருட்டாய் அவர்கள் கவலை எடுத்து வந்ததாகக் காணப்பட்டது. 1818ஆம் வருஷம் இவ்வின குடியானவர்கள் முன்னேற்றமடைய வழிவகைகளைத் தெரிவிக்கும்படி கலைக்டர்களை ரெவினியுபோர்டார் கேட்டிருந் தார்கள். அது எப்படியாயிற்றென்று தெரியவில்லை. 120 வருஷம் தூண்டுவாரற்று இருந்தார்கள். 1893ஆம் வருடம் "பறையன்" பத்திரிகையை தூண்டுகோலாக வெளியிட்டேன்.

இந்த ராஜதானியில் பேதைகளாய் இடுக்கன்களுக்குள்ளாகிக் கிடக்கும் கோடிக்கணக்கான மக்கள் மத்தியிலே முதன்முதலாகத் தோன்றி உழைந்து வந்த என் உபகாரத்திற்காக அரசாங்கத்தார் எனக்கு ராவ்சாஹிப் என்னும் பட்டம் 1926ஆம் ௵ ஜனவரி ௴ 1—ந்தேதியிலும் ராவ்பஹதூர் பட்டம் 1930ஆம் ௵ ஜூன் ௴ மூன்றாம் தேதியிலும் திவான் பஹதூர் என்னும் பட்டம் 1936ஆம் ௵ ஜனவரி ௴ 1—ந்தேதியிலும் மகிழ்ச்சியுடன் அளித்திருக்கின்றார்கள்.

பத்திரிகை 1893ம் வருஷம்

நான் !. நான் !. என்ற மகா மந்திரத்தை ஜெபித்துக் கொண்டிருப்பவன் தன்னையுணர்ந்து சகலமுமறியும் ஞானியாகி தலைவனைக் காண்பதுபோல் நான் !. நான் !. என்று எவன் ஒருவன் தன்னையும் தன் இனத்தையும் மறுக்காமல் அச்சமும் நாணமுமில்லாமல் உண்மை பேசி தன் சுதந்தரத்தைப் பாராட்டுகிறானோ அவன் மதிக்கப்பெற்று இல்வாழ்க்கையில் சம்பத்துள்ளவனாய் நித்திய சமாதானத்துடன் வாழ்வானாகையால் பறையர் இனத்தவனொருவன் "பறையன்" என்பவன் நான்தான்" என்று முன் வந்தாலொழிய அவன் சுதந்திரம் பாராட்ட முடியாமல் தாழ்த்தப்பட்டு என்றும் தரித்திரனாய் இருப்பானாகையால், "பறையன்" என்னும் மகுடம் சூட்டி ஒரு பத்திரிகையை பிரசுரித்தேன். அது 1893 அக்டோபர் மாதம் வெளியாயிற்று. நாலு பக்கங்களுள்ள ஒரு சிறிய மாதாந்திர பத்திரிகை, விலை பிரதி ஒன்றுக்கு அணா இரண்டு. அதை கண்ட பறையர் என்ற என் குலத்தவர்கள் வெகு ஆவலுடன் அங்கீகரித்தார்கள். விளம்பரத்திற்கும் முதல் சஞ்சிகை பதிப்புக்கும் ரூ. பத்து செலவானது. இரண்டு நாளையில் சுமார் நானூரு பிரதிகள் சென்னை நகருக்குள் விற்கப்பட்டன. மூன்று மாதத்திற்குப் பிறகு வாராந்தர பத்திரிகையாகவும் இரண்டு வருஷத்திற்குபிறகு ஒரு அச்சுயந்திர சாலையுமேற்பட்டுவிட்டது. பறையர் என்ற ஜன அங்கத்தவர்களுக்காகப் பரிந்து பேசுவதும், இதர ஜாதியார் செய்யும் கொடுமைகளை வெளிப்பட எடுத்துக்காட்டுவதும், கவர்ன்மென்டார் அனுக்கிரகத்தை நாடியும் நல்லொழுக்க ஆசாரங்களைப்பற்றியும் பத்திரிகை பிரஸ்தாபித்து வந்தது. இந்த ஜனங்கத்தவர்கள் எங்கேங்கே கூடுகிறார்களோ அங்கங்கே உற்சாகமாய் பேசி வந்தார்கள். தாங்களும் ஒரு சமூகத்தவர்கள் என்று நிரூபிக்க 1895ம் ௵ அக்டோபர் 7 மாலை வெள்ளை கொடிபிடித்து பாண்டு வாத்தியங்களுடன் பெருங்கூட்டமாய் சென்னை விக்டோரியா மகா மண்டபத்திற்குள் பிரவேசித்து தங்கள் அருமைபெருமைகளைப் பிரஸ்தபித்து வெகு விமரிசையாக கூட்டத்தை நடத்தினார்கள். இந்த இனத்தவர்கள் முதன்முதலாய் விக்டோரியா மண்டபத்தில் கூடியது அப்பொழுதுதான். கிராம்முனிசீப்புகள் முதல் கலைக்டர் கச்சேரிகளும் ரெவினியு போர்டிலும் மற்றுமுள்ள இலாக்காகளிலுமுள்ள ஜாதி இந்துக்கள் பல சூட்சமங்கள் செய்துவந்தார்கள். காங்கிரஸ்காரர்களும் ஜாதி இந்துக்களும் மதமாற்றும் பிரசாரிகளும் இந்த ஜனங்கத்தவர்களுக்குள்ளேயே ஒரு பிரிவாரும் எதிர்த்து நின்றார்கள். எதிர் பத்திரிகையும் வெளியிட்டார்கள். மற்றும் சில பத்திரிகைகள் பலமாய் தாக்கின. மற்ற இனத்தவரிலொருவர் பொய்

பிராது செய்து நான் தேசத்தைவிட்டு ஓடிப்போக யிருப்பதாக வாரண்டில் என்னை பிடித்து அவமானப்படுத்த பார்த்தார். அது பலிதமாகவில்லை. 1896ல் "பறையன்" பத்திரிகை கடிதக்காரர் ஒருவர் ஏதோ அவதூறான விஷயம் எழுதியதைப் பத்திரிகையில் வெளிப்படுத்தினதின் காரணமாகக் கொண்டு இவ்வினத்தவரின் ஒரு பிரிவார் என்னை கோர்ட்டுக்கும் இழுத்தார்கள். கோர்ட்டுக்கு இந்த இனத்தவர் பெருங்கூட்டமாய் வந்தார்கள். அவர்கள் தலைச்சீராக்களிலும் மார்புக்களிலும் "பறையன்" என்ற மகுடத்தை பூண்டு பண முடிப்புகளுடன் கோர்ட்டுக்கு வந்தார்கள். நூறு ரூபாய் அபராதம் விதிக்கப்பட்டது. அதை யார் கொடுத்தார்கள் என்று தெரியவில்லை. தங்களினத்தில் வைத்திருந்த பற்றுதலையும் அன்பையும் வெளிப்படையாக காட்டினார்கள். இதனால் இந்த இனத்தவர் வாய்திறக்கப்பட்டதற்கும் முன்னேறி வந்ததற்கும் சபைகளும் சமூகமும் ஏற்றப்பட்டதற்கும் "பறையன்" என்ற பத்திரிகையே மூலகாரணமென விளங்கும்.

இந்த இனத்தவர்கள் அபிவிருத்தியை நாடி நான் லண்டன் நகருக்கு பிரயாணமானபோது பத்திரிகையை நடத்ததக்கவர் கிடையாமல் போனதால் பத்திரிகை பிரசுரம் நிறுத்தப்பட்டது. பத்திரிகை ஏழு வருடம் தொடர்ந்து நடைபெற்று வந்தது. இந்த இயக்கம் இந்தியா முழுமையும் பரவியதால் பல கோடி மக்களும் அபிவிருத்தியடைந்து வருகிறார்கள்.

லண்டன் நகருக்குப் போய் தாழ்த்தப்பட்டார் இடுக்கண்களை எடுத்துக்காட்டி பிரிட்டிஷாரின் அனுதாபத்தை நாடி வரவேண்டுமென்று பம்பாயைச் சேர்ந்தபோது என் தகப்பனாரும் தமையனாரும் எனக்கு தந்தியனுப்பி திரும்பி வரும்படி கேட்டார்கள். சுடுகாடுபோன பிணம் திரும்பாதென்ற தீர்மானத்தோடு மேற்கு திசையை நோக்கி போகும் கப்பல்களில் முதல் கிடைத்த கப்பலில் பிரயாணமாகி கீழ் ஆப்பிரிக்கா ஜான்ஸிபார் என்னும் தீவு சேர்ந்தேன். அங்கே இரண்டு வருடமிருந்து பணம் சேகரித்துக்கொண்டு தென் ஆப்பிரிக்கா மார்க்கமாக போனேன். டலகோபே என்னும் துறைமுகத்திலிறங்கி பாஸ்போர்ட்டுக்காக காத்திருந்து ஒரு வாரத்திற்குள் குளிர் ஜுரம் (மலேரியா) கண்டது. கப்பலில் கடல் காற்றில் ஆறு மாதமிருக்க வேண்டும் அல்லது அதிக குளிரான மலைதேசத்தை சேரவேண்டும். இந்தியா திரும்பினால் மரணம் என்றார்கள் டாக்டர்கள். நலிப்பட்டிருக்கையில் என் இனத்தவரான ஓர் வண்ணானும் அவர் நல்மனைவியும் எனக்குவேண்டிய சிகிச்சை செய்து உபசரித்தார்கள். அங்கிருந்த ஓர் கனதனவானும் என்னை கூட்டிபோய் உபசரித்தார்கள். அதைவிட்டு நெட்டால் மாகாணத்தைச் சேர்ந்து டர்பன் என்னும் துறைமுகத்தையடைந்தேன்.

அங்கேயும் அந்தோனி எச்.பீட்டர் என்பவர் என்னை உபசரித்து மிக குளிரான மலை பிராந்தங்களான இடத்திற்கு அனுப்பி சர்க்கார் உத்தியோகத்திலிருக்க உதவினார். இவர்கள் மூவருடைய நன்றியை மறக்க என்னால் முடியவில்லை. நெட்டாலில் வருளமென்னும் நகரில் முருகன் என்பவர் ஒரு பெரிய பயிர்க் குடியானவராகவும் தன்வந்தராகவுமிருந்தார். பிராமணர் யோக்கியம் என்னிடத்தில்தான் அவர் கண்டதாக என்னை வற்புறுத்தி சோதானம் பெறச்செய்து என் ஆசிர்வாதம் கோரினார். ஏழை மக்களுக்கு நான் செய்த நன்றி தெங்குதன் தலையால் நீர் தருவதுபோலாயிற்று. அந்த தேசத்தில் என் நலித்தீர பல வருஷங்களாயின. குடும்ப பாதுகாப்புக்காக நான் என் தாய் தேசம் திரும்பினேன். திரும்பியபோது என் மக்களைக் கண்டு மகிழ்ந்தாலும் என் இனத்தவர் நிர்பாக்கிய நிலையைக்காண என் மனந்தாளாத தாகுமே. சுடுகாடுபோய் திரும்பிய பிணத்திற்குயிருண்டாக லண்டன் நகரையெடுத்து என் நோக்கத்தை கடவுள் நிறைவேற்றுவாரோவென்றெண்ணினேன். சென்னை சேர்ந்தபோது சட்டசபைக்கு ஒரு அங்கத்தவராக சர்க்கார் நியிமித்த சில வருடங்களுக்குள் வட்டமேஜை மகாநாட்டுக்கு தாழ்த்தப்பட்டார்பால் ஒரு பிரதிநிதியாக லண்டன் நகருக்கு என்னை கவர்ன்மெண்டார் அனுப்பினார்கள். அங்கே இரண்டு முறைச்சென்று சென்னை மாகாணத்தில் மாத்திரமல்லாமல் இந்தியா தேச முழுமையுமுள்ள தாழ்த்தப்பட்டாருக்கு வேண்டிய தேச சுதந்தரமும் மற்றுமுரிமைகளையும் அடையச்செய்தேன். இருபது வருஷங்களாய் லண்டன்போக நான் கொண்டிருந்த நோக்கம் நிறைவேறியது என் இனத்தவர்கள் பெற்ற பாக்கியமாகும்.

சமூகம்

ஆரியர்கள் நமது தேசத்தில் குடியேறிவந்து ஜாதி கோட்பாடுகள் உண்டாக்கியபோது இப்போது பறையர், பஞ்சமர், ஆதி திராவிடர்களென்னும் திராவிடர்கள் இசையாமல் பல துன்பங்களுக்குட்பட்டுகொண்டு தனியே சேரி என்னும் தங்கள் கிராமங்களையுண்டாக்கி கோயில், குளம், குரு, கிராம தலைவர் (நாட்டாண்மைக்காரர்) பஞ்சாயத்தார், வண்ணான், அம்பட்டன், சுடுகாடு, இடுகாடு, விதவாவிவாகம், விவாக சம்மந்தவிலக்கு முதலியவையுடன் கிராமங்களில் தனி சமூகமாய் வாழ்ந்து வந்திருக்கிறார்கள். தேசாயி செட்டி என்போர் இவர்களுக்குள்ளுண்டாகும் வழக்கை தீர்ப்பதாகப் பணம் பறித்து போகும் வழக்கம் ஒழிந்து வருகிறது. நான் கண்டித்து வந்திருக்கிறேன். இவர்கள் வெளிப்படையாய் வந்து தங்கள் சுதந்தரங்களைப் பாராட்டாமல் ஆரியர் ஜாதி கோட்பாட்டுக்குள்ளானவர்கள், இவர்களையடக்கிவைத்து வந்தார்கள். இவர்கள் தங்கள் உரிமைகளைக் கேட்டு அனுபவிக்கும்படி பெரியதோர் சமூகமாக சேர்க்க முயன்றேன். பத்திரிகையில் வெளியான விஷயங்களையுணர்ந்த இவ்வினத்தவர் தேசமெங்கும் கூட்டங்கள் கூடி தங்களுக்கிருக்கும் இடுக்கணகளைப் பற்றியும் தங்கள் அபிவிருத்தியைப்பற்றியும் பேசி வந்தார்கள். சென்னையில் "பறையர்" மகாஜனசபை என்ற தலைமை சபையொன்று ஸ்தாபிக்கப்பட்டது. அதற்கு நானே காரியதரிசியாகவிருந்து நடத்தி வந்தேன். 1895ம் ௵த்தில் ஓர் சம்பவம் நேரிட்டது. அதாவது லண்டன் நகரில் சிவில் சர்வீஸ் பரிக்ஷை நடந்துகொண்டிருந்தது. அந்த பரிக்ஷையில் தேறுகிறவர்கள் ஆங்கிலேயரே. அவர்கள்தான் கலெக்டர்களாகவும் ஜட்ஜிகளாகவும் இன்னும் தேசபரிபாலனத்தில் உத்திரவாதமான உயர்ந்த பதவிகளினின்று தேசபரிபாலனஞ் செய்து கொண்டு வந்தார்கள். அந்த பரிக்ஷை இந்தியாவில் நடைபெறவேண்டுமென பிரிட்டிஷ் பார்லிமென்டில் காங்ரஸ்காரார்கள் ஓர் மசோதா சமர்ப்பித்தார்கள். அந்த பரிக்ஷயானது இந்தியாவில் நடந்தால் ஜாதி இந்துக்கள் உயர்தர உத்தியோகங்களை வகித்து ஏழை ஜாதியாரானவர்களைத் தீண்டாதார் என்று இம்சிப்பார்களென பறையர் மகாஜன சபையார் சென்னை வெசிலியன் மிஷன் காலேஜ் ஆலில் 1893ம் ௵ டிசம்பர் 23—ந்தேதி ஒரு பெருங்கூட்டம் கூடி அந்த மசோதாவை எதிர் மறுத்து 112 அடி நீளமுள்ள ஒரு மனுவில் 3412 கையொப்பங்கள் சேகரித்து ஜெனரல் சர் ஜார்ஜ் செஸ்னி (Genel. Sir. Geo. Chesney) என்னும் பார்லிமென்டு மெம்பரைக்கொண்டு சமர்ப்பித்தார்கள். அதைக்கண்ட காங்ரஸ்காரர் தங்கள் மனுவை பின்னுழுத்துக் கொண்டார்கள். அதன்பின் கீழ்தர உத்தியோகங்களிலிருந்து மேல்தர

உத்தியோகத்தை வகிக்க யோக்கியதையுள்ளவர்கள் நியமிக்கலாமென இந்திய செக்ரடரியார் உத்தரவளித்தார். எதிர் மறுப்பு மனு அனுபந்தம் 1ல் காண்க.

கிராமங்களில் இவ்வின குடியானவர்கள் நிலைமையை திட்டமாய் குறித்த தோடு சென்னை நகரத்திலும்கூட மயிலாப்பூரில் ஐகோர்ட் ஜட்ஜியாகவிருந்த ஓர் இந்தியர் வசிக்கும் வீட்டுக்குச் சமீபமாயுள்ள பிராமணர் தெருவில் “பறையர் உள்ளே வரக்கூடாது” என்ற விளம்பர பலகையொன்று இருப்பதாகவும் ஜாதி இந்துக்கள் ஸ்தாபித்திருக்கும் “பச்சையப்பன்” கலாசாலையில் இவ்வினத்து பிள்ளைகளை சேர்ப்பதில்லை என்றும் மனுவில் கண்டிருந்தது. அந்தப் பலகையெடுபட்டு போகவும் கலாசாலையில் பிள்ளைகளைச் சிலகாலத்திற்குபிறகு சேர்க்கவும் இம்மனுவே காரணம்.

லேபர் கமிஷனர் ஸ்தாபிதம் மேற்கண்ட மனுவால் ஏற்பட்டது

மனு பிரதிகள் பார்லிமெண்டு மெம்பர்கள் ஒவ்வொருவருக்கும் கொடுக்கப்பட்டன. இதனால் ஜாதி இந்துக்கள் குரூரமாய் பல கோடிக்கணக்கான உழவுதொழில் செய்யுப் உழைப்பாளிகளை நடத்துவதைப்பற்றி இங்கிலாந்திலுள்ள எல்லா பத்திரிகைகளும் பிரஸ்தாபம் செய்தன. இவ்வித கொடுமை இந்தியாவில் வியாபித்திருக்க இந்தியா கவர்ன்மெண்டார் நடவடிக்கை எடுத்துக்கொள்ளவேண்டுமென இந்தியா செக்ரடரியார் வற்புறுத்தியதன் பயனாக இந்தியா கவர்ன்மெண்டார் சென்னை கவர்ன்மெண்டாரோடு ஆலோசிக்க தொடங்கினார்கள். இப்படி பல வருஷங்கள் சென்றபிறகு ஒடுக்கப்பட்டாரை கல்வியிலும் பொருளாதாரத்திலும் விருத்திக்கு கொண்டுவரும்படி சிவில் சர்வீஸ் உத்தியோகஸ்தர்களில் வயதிலும் உத்தியோகத்திலும் மூத்தவரும் அனுபோகமுள்ளவருமான ஒருவரை இரக்ஷகராக (Protector) நியமித்து அவருக்கு ஒரு ஸ்தாபிதமும் கொடுத்து இந்த ஒடுக்கப்ட்டாரை முன்னேற்றம் செய்ய தீர்மானித்தார்கள். அதுமுதல் பள்ளிக்கூடங்கள் குடியிருப்பு மனைகள் விவசாயம் நிலம் முதலியவைகளை ஒடுக்கப்பட்டார் பெற்று வருகிறார்கள். இவ்வினத்தார் விருத்திக்காக யேற்படுத்திய இரக்ஷகரும் அவர் ஸ்தாபிதமும் கைத்தொழிலாளரையும் கனிக்கவேண்டுமென யேற்பட்டபோது லேபர் கமிஷனர் என்று அவர் அழைக்கப்பட்டு வருகிறார்.

செங்கல்பட்டு ஜில்லாவில் தற்காஸ்து நிலம் இவ்வினத்தவருக்கு கொடுக்கப்பட வேண்டுமென கவர்ன்மென்டாரைக் கோரியிருந்தேன். அந்த ஜில்லாவில் இவர்களுக்கு கொடுக்க ஒரு ஏக்கரா நிலமும் கிடையாதென்று தெரிவித்தார்கள். 1894ம்ஸூ ஏப்ரல் மீ 28 ௳ கிருஷ்ணா ஜில்லாவில் வேண்டிய நிலமிருப்பதாக கலெக்டரை அட்கின்ஸன்துரை தெரிவித்தார். பண உதவியில்லாமல் அவ்வளவு தூரம்போய் ஏழைகள் விவசாயம் செய்யக்கூடாமல் போயிற்று. இப்போது ஆயிரக்கணக்கான ஏக்கரா நிலம் கொடுத்து வருவதுமன்றி ஆதிதிராவிட ஏழை விவசாயிகள் நேராய் கலைக்டருக்கு தற்காஸ்து கொடுத்து நிலம் பெறுவதாகக் காண்கிறோம். கல்வி விஷயத்திலும் லேபர் கமிஷனர் செய்துவரும் உதவிகள் பல. தற்போது கவர்ன்மென்டார் இவர்களுக்குச் செய்துவரும் அனுக்கிரகங்களானது சிவில்சர்வீஸ் பரிக்ஷையை பறையர் மகாஜன சபையார் எதிர் மறுத்ததினால் தீண்டாதோர் என்போர் படுங் கடுங்கொடுமை

வெளிப்பட்டதினாலன்றோ? நான் இந்தியாவில் இல்லா காலத்திலும் பறையர் மகாஜன சபையார் ஏகோபித்தும் தனி தனி அங்கத்தினர்களாகவும் அரும் பிரயாசம் செய்து வந்திருக்கின்றார்கள். இப்போதும் இனஞ்சேரா சிலரைக் காண்கிறேன்.

ஆதிதிராவிடர் சமூக மேற்பட்டதெப்படி?

இராஜ பிரதிநிதியும் கவர்னர் ஜனரலுமான எல்ஜின் (Elgin) பிரபு 1895ம் ஹூ டிசம்பர் மீ 6 உ சென்னைக்கு விஜயமானபோது பறையர் சமூகத்தை நிலைநாட்ட கருதி சென்னை நகரில் ஜனரல் பாட்டர்ஸ் ரோடும் மவுண்டு ரோடும் சந்திக்குமிடத்தில் விசாலமான மவுண்டு ரோடுக்கு குறுக்கே நீண்டதோர் பந்தலிட்டு அதை சிங்காரித்து இரு புறங்களிலும் "பறையர் மகாஜன சபையார், மாக்ஷிமை தாங்கிய எல்ஜின் பிரபு, பெருமாட்டி வரவேற்பு" என்று தங்கம்போன்ற எழுத்துக்களை யொட்டி நாட்டிய பிரிட்டிஷ் துவஜங்கள் காற்றிலசைந்து வருக! வருக! வென்றழைக்க இந்திய அரசர்களும் மற்றும் பிரதான கனவான்களும்முன் பிரவேசித்து ரதாரூடராய்போக இவ்வினத்தவர் கண்டு களித்து மகிழ்ந்து பெருமைகொண்டாடினார்கள். இரவிலும் தீபாலங்காரமிருந்தன.

கவர்னர் ஜனரல் அவர்களுக்கு வந்தனோபசார பத்திரிகை சமர்பிக்க உத்தரவுபெற்று மகாஜன சபை தலைவரையும் ஆறு அங்கத்தினார்களையும் காரியதரிசியாகிய நான் கவர்னர் வீட்டுக்கு அழைத்து போனேன். போகும் வழியில் எங்களில் ஒருவர் ஓர் ஆலோசனைசெய்து இவ்வினத்திலுள்ள ஓர் கனதனவானையும் அழைத்து போகலாம் என்றார். அதற்கிசைந்து சென்று அந்த தனகனவானைக் கண்டபோது அவர் தாமதம் செய்து வார்த்தைகளாடி வராமல்போனார். அதனால் காலதாமதமாகி குறித்த நேரத்திற்குமேல் அரைமணி தாமதமாகிவிட்டது. எங்களைக் காணாததால் கவர்ன்மென்டு மாளிகைக்குள் பிரவேசிக்க பயத்து எங்கேனும் நாங்கள் நின்றுகொண்டிருப்போமென்று கட்டிடத்தைச் சுற்றி சேவகர்கள் தேடிப்பார்த்துக் கொண்டிருந்தார்கள். நேராய் கட்டிடத்திற்கு முன்புறம் சென்று வண்டிகளை விட்டிறங்கி உள்பிரவேசித்தோம். கவர்னர் மாளிகைக்குள் இதற்குமுன் இவ்வினத்தவர் பிரவேசித்ததில்லையாகையால் சீப்செக்ரடியாருக்கு இந்த சந்தேகமுண்டாயிற்று. அங்கே ஆங்கிலேய இந்தியர்கள், மகமதியர்கள், கிறஸ்தவர்கள் எட்டு எட்டு பேர்கள் கும்பல் கும்பலாக நின்றுகொண்டு கார்த்திருந்தார்கள். நாங்களும் ஒரு கும்பலாக சேர்ந்து நின்றோம். எங்களைக் கண்ட மற்ற சமூகத்தார் வெறுப்பும் சினமுங்கொண்டவர்களாகத்தோற்றப்பட்டார்கள். அவர்களோடு எங்களையும் சமமாக ஒரு சமூகத்தவராக அங்கீகரிக்கத்தக்க சமாதானமான நல்மொழி கூறினார் எல்ஜின்

பிரபு. அன்றுமுதல் இந்து சமூகத்தினின்று பிரிந்து பறையர் தனியதோர் சமூகத்தவர்களாக அங்கீகரிக்கப்பட்டார்கள். பின்வந்த இராஜபிரதிநிதிகளும் கவர்னர்களும் இவர்களைத் தனியதோர் சமூகமாக அங்கீகரித்தும் அனுசரித்தும் வருகின்றார்கள். 1898—ம் வருட மாட்சிமை பொருந்திய மகாராணி இந்தியா சக்ரவர்த்தினியின் அறுவதாவது ஆளுகை விழாவின்போது வாழ்த்துக்கூறி அனுப்பிய உபசார பத்திரிகையை ராணியார் அகமகிழ்ந்து அங்கீகரித்ததாக இந்தியா செக்ரடெரியார் 1898—ம் வருட ஜூன் மீ 11—ம் தேதி எழுதியிருக்கின்றார். மேற்கண்ட மூன்று சமூகத்தவர்போல் பறையர், பஞ்சமர், தாழ்த்தப்பட்டார் என்னும் பலபேரால் அழைக்கப்பட்டு வந்து இப்போது ஆதிதிராவிடர் என வழங்கும் சமூகத்தவர்களுக்கு இதர சமூகத்தவர்கள்போல் அரசாங்கத்தில் காரிய நிர்வாகத்திலும் பரிபாலன நிறைவேற்றத்திலும் இராஜிய விவகார மந்திரி பதவியிலும் பங்கு பெறும் உரிமை உண்டாகியிருக்கிறது. அதனால் சட்டசபைகள், முனிசிபாலிடிகள், லோக்கல் போர்ட்டுகள் பஞ்சாயத்துகள் மற்றுமுள்ள ஸ்தானங்களுக்கு அங்கங்களாகவும் சிவில் சர்வீஸில் உயர்தர உத்தியோகஸ்தராகவும் இந்த இனத்தவர்கள் மந்திரிகளாகவும் மேயர்களாகவும் அமையப்படுவதுமன்றி கல்வியிலும் செல்வத்திலும் விருத்திபெற மேற்கண்ட இனத்தவர்களை நான் சேகரித்து ஒரு முக்கிய குல சமூகமாக நிலைநாட்டியதே மூலகாரணம். இச்சமூகத்தவர்களின் மகாசபை தொடர்ந்து நடைபெற்றே வந்திருக்கிறது. காலவரையறுத்தல் முன்னிட்டு பெயர் மாற்றப்பட்டது. சென்னை மாகாண தாழ்த்தப்பட்டார் ஐக்கிய மகாசபை (Madras Depressed Classes Federation), என்றும் (Scheduled Caste Party) செட்டியூல்காஸ்ட் பார்ட்டி என்னும் இவ்வினத்திலுள்ள கனவான்கள் நடத்திவருகிறார்கள். அதில் என்னை தலைவராகத் தேர்ந்தெடுத்திருக்கிறார்கள். இன்றைக்கும் இவ்வினத்தவரை ஜாதி இந்துக்கள் இம்சித்தே வருகிறார்கள். சில வருஷங்களாக சிவில் சர்வீஸ் பரிக்ஷை இந்தியாவிலும் நடைபெற்று வருகிறது. இந்த பரீக்ஷையில் தேர நமது குல வாலிபர்களும் அபேக்ஷகராகும் திறமையில் வந்திருப்பதால் பரீக்ஷை இந்தியாவில் நடப்பதைப்பற்றி எதிர் மறுக்கப்படவில்லை. நித்திய கருமானுஷ்டங்களை நடத்துகிறபோது என் இனத்தவர்கள் தௌர்ப்பாக்கியமான நிலைமையை நினைத்து அவர்கள் அபிவிருத்தியடைந்து வாழ்க்கிருபைகூற கடவுளை நோக்கி நான் பிரார்த்தி வருகிறேன்.

தங்கள் சமூகத்தை சீர்தூக்க பாடுபடுபவர்கள் வம்ச பாரம்பரியமாய் சகல சம்பத்துடையவர்களாவார்கள்.

கல்வி

தாழ்த்தப்பட்டும் ஏழைகளாகவும் மௌடிகமுள்ளவர்களாகவுமிருக்கும் இச்சமூகத்தாரை உயர்த்த வேண்டுமானால் கல்வியை அவர்களுக்குள் பரவச் செய்யவேண்டுமென கருதி ஜி.ஓ. 68—1893 கவர்மெண்டார் உத்தரவு ஒன்று வெளிப்படுத்தினார்கள். இது ஒரு சிலாசாசனமென்றே சொல்லலாம். குறைந்தது ஏழு பிள்ளைகள் வாசிக்க சேர்ந்தால் அதை ஒரு பள்ளிக்கூடமாக கவர்ன்மெண்டார் ஒப்புக்கொண்டு கிறாண்டு கொடுக்கவேண்டும் என்றும் இன்னும் பல அனுகூலமான விதிகளும் அதில் இருந்தன. தீண்டாதாருக்குப் போதிக்க ஜாதி இந்துக்கள் முன்வராமலிருந்துவிட்டார்கள். தீண்டாதார் ஜனசமூகத்தில் உபாத்தியாயர்கள் கிடைக்கவில்லை. சென்னை நகரில் மதமாற்றுதலுக்கென்று அவரவர்கள் ஸ்தாபித்திருந்த பள்ளிக்கூடங்களுக்கு கவர்ன்மெண்டார் உத்தரவு அனுகூலமாயிராததால் அந்த விதிகளின்படி இந்த இனத்து பிள்ளைகளைச் சேர்த்துக்கொள்ள மனமில்லாதவர்களாயிருந்தார்கள். ஆகையால் கவர்ன்மெண்டார் உத்திரவு சென்னை நகருக்கு பலிதப்படாமல் போய்விட்டது. இந்த தௌர்பாக்கியமான நிலையை கவர்ன்மெண்டாருக்கு 1898—ம் வருட அக்டோபர் மீ 21—ந்தேதி தெரிவித்தேன். நான் தெரிவித்ததின் பயனாகச் சென்னை முனிஸிபாலிட்டியார் பாடசாலைகளை ஸ்தாபிக்க வேண்டி உத்தரவளித்தார்கள். நாளுக்குநாள் உயர்தர கல்வியில் தேர்ந்துவர இவ்வினத்தவர் ஆரம்பித்துவிட்டார்கள். சர்க்கார் ரிக்கார்டுகளை பரிசோதித்து பார்த்தால் 1772 வருஷ முதல் சர்க்கார் இவ்வினத்தவர் பொருட்டாய் கவலை எடுத்து வந்ததாக காணப்படுகிறது. அக்காலத்தில் பார்லிமெண்டுக்கும் நமது கவர்ன்மெண்டாருக்கும் கடித போக்கு வரவு நடந்து நம்மின குடியானவர்கள் பொருட்டாய் அனேக காரியங்களை நடத்தி இருக்கின்றனர். 1818 வருஷம் ரெவெனியூ போர்டார் கலைக்டர்களை நம்மின குடியானவர்களின் நிலைமையைப்பற்றி விசாரித்திருக்கின்றார்கள். பிறகு எப்படியோ கவனியாதிருந்து 1893—ம் வருஷம் கல்வி கற்பித்து கொடுக்க சர்க்கார் தலைப்பட்டார்கள். அப்போது சர்க்கார் முயற்சி பலிதப்படாமல் போயிற்று. கிராம முன்சீப்பு முதல் ரெவின்யூ இன்ஸ்பெக்டர்கள், தாசில்தார்கள், டெப்டி கலைக்டர்கள், கலைக்டர்கள், ரெவின்யூ போர்டு மட்டுமுள்ள உத்தியாகஸ்தர்கள் ஜாதி இந்து இன பந்துக்கள். அவர்களுக்குள் நிலபாத்தியமுள்ளவர்கள் அநேக இவ்வின குடியானவர்கள் முன்னேராமல் சூட்சமா சூட்சிகளை இச்சாதி இந்துக்கள் செய்துவந்ததே காரணம். 121 வருஷம் தூண்டுவாரற்று இருந்ததுபோல இனியுமில்லாமல் நம்மினத்தவர்களுக்குள்

❖ இரட்டைமலை சீனிவாசன் : ஜீவிய சரித்திர சுருக்கம் 41

கல்வியைப் பரவச்செய்ய விடாமுயற்சியாய் இடைவிடாமல் பாடுபடவேண்டுமென அந்த 1893—ம் வருஷத்தில் "பறையன்" பத்திரிகை பிரசுரித்தேன். அது ஒரு தூண்டுகோலாயிற்று. லோயர் கமிஷனர் மூலமாகவும் டைரக்டர் மூலமாகவும் வருஷ வருஷம் 20, 30 லக்ஷம் ரூபாய் செலவு செய்து கல்வி போதித்து வருகிறார்கள். இவ்வினத்தின்பேரால் பெற்றதைத் தாங்களும் அனுபவித்து தங்களினத்தவர்களுக்கும் உதவி இனத்தை விருத்திசெய்யவேண்டும். முன்னேற்றத்திற்கு கல்வியே முக்கிய காரணமாகும்.

சென்னை சர்வக்கலா சங்கத்தில் 10 வருடமாக அங்கத்தினராக ஆதி திராவிடர் அபிவிருத்தியைக் கண்ணும் கருத்துமாய் காத்துவருகிறேன்.

சட்டசபை

நான் சட்ட சபையைச் சேர்ந்த மூன்று மாதங்களுக்குள் ஒரு தீர்மானத்தை சபை முன்பாக கொண்டுபோனேன். சபையார் யேகவாக்காய் ஒப்புக்கொண்டார்கள். அதாவது, தாழ்த்தப்பட்ட வகுப்புகளைச் சேர்ந்தவர்கள் பொது ரஸ்தாக்கள், கிணறுகள், பொது கட்டிடங்கள், மார்க்கட்டுகள் முதலியவைகளை உபயோகிப்பது கவர்ன்மெண்டார் கொள்கை, தீர்மானத்தை அனுபந்தம் 2—ல் காண்க.

மது விலக்குவதை ஆரம்பிக்க கருதி வாரத்திற்கொருநாள் ஞாயிற்றுக் கிழமைகளில் பண்டிகை நாட்களிலும், கவர்மெண்டார் விடுமுறை நாட்களிலும் சாராயக்கடைகள் மூடப்படவேண்டுமென ஓர் தீர்மானம் சட்டசபை முன்பாக கொண்டுபோனேன். அதைச் சபையார் ஏற்றுக்கொண்டார்கள். சில மாதங்கள் மட்டும் சாராயக்கடைகளை ஞாயிற்றுக்கிழமைகளில் மூடிவைத்திருந்து அதனால் கலால் வருமானம் குறைவுபடுகிறதென்று கவர்ன்மெண்டார் கடைகளை மறுபடியும் வழக்கம்போல் திறந்துவிட்டார்கள்.

எழுதப்படிக்கத் தெரியாத பாரமர ஜனங்கள் பத்திரங்களில் கைநாட்டு அல்லது விரல் முத்திரை போடவேண்டுமானால் தாசில்தார்களுக்கு முன்பாகவோ அல்லது அவர்களைப்போன்ற பொறுப்பாளிகள் முன்பாகவோ சாட்சிகளுக்குமுன் பத்திரத்தில் அடங்கிய விஷயங்களைத் தெளிவாய் வாசித்துகாட்டி கைநாட்டு அல்லது விரல் முத்திரை போடும்படிசெய்து சாட்சிகள் கையொப்பமிட்டு பத்திரத்தை பூர்த்தி செய்யவேண்டும். கிராம முனிசீப்புகள், கணக்கர்கள் முன்பாக கைநாட்டு விரல் முத்திரைபோடப்பட்ட பத்திரங்கள் செல்லப்படாது என்று ஒரு மசோதா கொண்டுபோனேன். அதை கவர்ன்மெண்டார் அங்கீகாரம் செய்யவில்லை. முன்சீப்பு, கணக்கர் முதலானவர்களை வம்ச பரம்பரை பரியத்தைக் கொண்டு சர்க்கார் நியமனம் செய்யக்கூடாதென்று ஒரு தீர்மானம் கொண்டு போனேன். அதைபற்றி இந்த ராஜதானியிலுள்ள மேற்படி உத்தியோகஸ்தர்கள் கூட்டங்கள்கூடி வெகுவலுவாய் எதிர்த்திருக்கின்றார்கள். அந்தத் தீர்மானம் இன்னமும் சபைக்கு முன் வரவில்லை.

கிராம முன்சீப்பு கோர்ட்டுகளில் குற்றவாளிகளைத் தொழுவத்தில் போட்டுவைக்கும் சட்டத்தையும் வழக்கத்தையும் எடுபட செய்ததுமல்லாமல் தொழுவங்களைச் சுட்டெரிக்கவும் செய்தேன்.

உப்புவரி முற்றிலும் எடுபடவேண்டுமென ஒரு தீர்மானம் சபைக்கு முன் கொண்டுவரப்பட்டது. உப்பு விலை மிகக் குறைவாயிருப்பதால் ஏழைகளுக்கு அதனால் கஷ்டமில்லை. உப்பு

வரியால் சர்க்காருக்கு வரும் வருமானத்தைக் கொண்டு ஏழை குடிகளுக்கு உபகாரம் செய்யலாமென்று நான் எதிர்த்தேன். வரி எடுபடவில்லை. அப்படி எடுபடாததால் இந்திய கவர்ன்மெண்டார் சென்னை கவர்ன்மென்டாருக்கு பத்து லக்ஷத்திற்கு மேலாக கொடுக்க வேண்டியயேற்பாடிருந்தது. அது ஆதிதிராவிடர்களுக்கு கவர்ன்மென்டார் கொடுப்பார்களென எண்ணினேன். அதை வேறு காரியத்திற்கு சர்க்கார் உபயோகித்துக் கொண்டார்கள்.

நிலவரியைக் குறைக்கவேண்டுமென ஒரு தீர்மானம் கொண்டு வரப்பட்டது. நிலசுவான்கள் சாகுபடி செய்யக்கூடியதற்கு மேலாக விஸ்தீரமான நிலங்களை வைத்துக் கொண்டிருக்கிறார்கள். அடுத்த கவர்ன்மென்டு நிலத்தை சாகுபடிசெய்து பிழைக்க ஏழை குடியானவர்கள் மனு செய்துகொண்டால் நீர் பிடிப்பு, மேய்கால் மாடுகள் போகும்வழி, பொங்கலுக்கு மாடுகள் சேர்ந்து நிற்குமிடம், ஒரு கல்லை நட்டுவிட்டு எல்லைப் பிடாரியை பூசை செய்யுமிடம் என்னும் பலவித ஆட்சேபனைகள் செய்து, உழவு உழைப்பாளிகளுக்கு நாளொன்றுக்கு இரண்டு அணா கூலியும் சரிவரக் கொடாமல் தனவந்தராய் தங்கள் பிள்ளைகளைக் கல்வியில் தேற்றி பெரும் உத்தியோகஸ்தராகச் செய்து மேல் மெத்தை வீடுகளிலும் மோட்டார்களில் சுற்றி சுகம் பெற்றிருக்குமிவர்கள் நிலவரி செலுத்த சக்தியற்றவர்களென்றாலெவ்வளவும் ஒப்புக்கொள்ள கூடியதல்லவென்று பலமாய் எதிர்த்து தாக்கினேன். வரி குறைக்கப்படவில்லை. சபையில் பல கமிட்டிகளில் வீற்றிருந்தேன். அங்கே நான் பேசிய விஷயங்கள் அனேகம். பல கமிஷன்களுக்கு முன்னாள் சாக்ஷியம் கூறியுமிருக்கின்றேன். சட்ட சபையில் தாழ்த்தப்பட்ட இனத்தவரான கனம் தாங்கிய அங்கத்தோர்கள் தங்கள் தொகுதியில் என்னை தலைவராக தெரிந்தெடுத்து வைத்திருந்தார்கள். பதினைந்து வருட சட்டசபையில் வீற்றிருந்தேன். பின்னும் தற்போது நடக்கும் சட்டசபைகளில் மேல்சபை (Legislative Council)யில் நான் நியமிக்கப்பெற்று வீற்றிருக்கிறேன்.

பழக்க வழக்கம்

இந்த சரித்திரத்தை அச்சிடபோகும் தறுவாயில் ஆதி திராவிடர்களைப் பல இடுக்கண்களால் ஜாதி இந்துக்கள் வாதித்து வரும் பழக்கம் வழக்கம் மாமூல் என்பவைகள் வேரோடு களைந்தெரிய ஓர் மசோதாவை ராவ் பகதூர் எம்.சி.ராஜா கொண்டுபோனார். அதனை இரண்டு சட்ட சபைகளும் அங்கீகரித்திருக்கின்றன. இந்த சட்டமும் பிரிட்டிஷ் மலையாளம் ஜில்லா ஆலய பிரவேச சட்டமும் பல்லில்லா பாம்புகளையொத்தன. இச்சட்டங்களை மீறினவர்கள் பேரில் சிவில் கோர்ட்டில் தாவா கொடுக்கவேண்டுமாம். ஜாதி இந்துக்கள் அவைகளைப் பசியால் வருந்த செய்து கொன்றுவிடாமல் இவ்வினத்தார் காப்பாற்றினால் சிலநாளில் பற்கள் முளைத்துவிடும்.

வட்டமேஜை மஹாநாடு

சர்வகட்டி மகாசபை என்னும் வட்டமேஜை மஹாநாட்டுக்கு என்னையும் டாக்டர் அம்பேத்காரையும் இந்தியாவில் தாழ்த்தப்பட்டோர் பிரதிநிதிகளாக கவர்ன்மென்டார் தேர்ந்தெடுத்து வரவழைத்திருந்தார்கள். நாங்களிருவரும் நகமும் சதையுமாகவிருந்து உழைத்தோம். 1928—1929—ம் வருஷங்களில் நடந்த மகாசபைக்கு நாங்களிருவரும் சென்றிருந்தோம். 1930—ம் வருஷம் டாக்டர் மட்டும் மகா சபைக்குப் போனார். என் ஆலோசனையை கேட்க இந்தியா இராஜபிரதிநிதி கமிட்டிக்கு (Viceroy's Consultative Committee) என்னை அழைத்துக் கொண்டார்கள். இந்தியாவிலுள்ள இந்த ஜனாங்கத்தாரவர்களுக்கு தனி தொகுதியும் வோட்டு உரிமையும் மற்ற சமூகத்தார்களைவிட அதிக அனுகூலமாக அனுக்கிரகிக்கப்பட்டன. இதன் பலாபலன்களை அடுத்த இரண்டு மூன்று எலக்ஷன்களில் தாழ்த்தப்பட்டோர் தெரிந்துகொள்ளுவார்கள். சில நாட்களில் தாழ்த்தப்பட்டோர் உயர்த்தப்பட்டோராகியும் வெகு வலுவான சமுகத்தவர்களாகியும் ஆட்சியைக் கைப்பற்றும் நிலைக்கும் வந்துவிடுவார்கள். இதையறிந்த ஜாதி இந்துக்கள் தாழ்த்தப்பட்டோர் தங்களினின்று பிரிந்து பெரியதோர் தனி சமுகமாக ஆகாதவண்ணம் தங்களோடு சேர்ந்துகொள்ள ஆலய பிரவேசம் என்றும் தீண்டாமையையொழிப்பதென்றும் கிளர்ச்சி செய்துவருகிறார்கள். இந்த மகாசபை நடந்துகொண்டிருக்கும் காலத்தில் நேர்ந்த இரண்டொரு சம்பவங்களை மாத்திரம் சுருக்கி சொல்கிறேன். ஜார்ஜ் மன்னரையும் இராணியையும் காணும்பொருட்டு வின்சர் காஸ்சல் (Windsor Castle) என்னும் ராஜமாளிகைக்கு சபைக்கு சென்றிருந்த இந்தியா பிரதிநிதிகள் அழைக்கப்பட்டார்கள். என்னுடனும் சக்கரவர்த்தி, சக்கரவர்த்தினி இருவரும் கைகுலுக்கி உபசரித்தார்கள். இப்படியாக மூன்று தடவை நடந்தது. ராஜமாளிகையில் சிற்றுண்டியும் பரிமாரப்பட்டது. பின்னுமோர் தடவை மன்னவரிடம் சம்பாஷிக்க நேர்ந்தது. தீண்டாமை என்றால் என்னவென்று மன்னவர் வினவினார். மேல்ஜாதியான் என்போன் கீழ்ஜாதியான் என்போனைத் தீண்டமாட்டான் என்றபோது "ஒரு கீழ்ஜாதியான் தெருவில் வீழ்ந்துவிட்டால் மேல்ஜாதியான் தூக்கிவிடமாட்டான்" என்றபோது மன்னவர் திடுக்கிட்டு அசைந்துநின்று "அவ்விதம் நடக்க என் ராஜ்ஜியத்தில் விடவேமாட்டேன்" என்றார். மன்னவர் மாளிகைக்குள் பிரவேசிக்கவும் மன்னரோடு கைகுலுக்கி பேசவுமுண்டான பாக்கியம் நமது சமூகத்தைப் பொருந்தியல்லவா? இதர சமுகத்தவரோடு நம்மையும் சமமாக மன்னவர் நடத்தியதினால் ஆங்கிலேயே

அரசாட்சி எவ்வளவு அன்பும், அருமையுமானதென்றும் நம்மினம் முன்னேறவுஞ் செய்ததென்றும் விளங்குகிறது.

சிவில் சர்வீஸ் பரிக்ஷை இந்தியாவில் நடைபெறகூடாதென்று தாழ்த்தப்பட்டார் எதிர் மறுத்ததைமுன்னிட்டு விவாதம் நடந்தபோது காங்ரஸுக்கு சார்பாகவிருந்த நார்ட்டான் (Eardly Norton) துரை அவர்கள் எளிதனமாய் தாழ்த்தப்பட்டோனாயிருக்கும் நான் பாடிங்டன் (Paddington) என்னும் ஓர் குக்கிராம குடிசையினின்று சென்ட் ஜேம்ஸ் (St. James Palace) என்னும் ராஜமாளிகைக்குப்போக அபேட்சிக்கின்றேன் என்றார். வட்டமேஜை மகாசபை சென்ட் ஜேம்ஸ் மாளிகையில்தான் நடந்தது. ஒருநாள் அம்மாளிகையின் ஒரு பெரிய அறையில் நான் வீற்றிருக்கும்போது நார்ட்டான் துரை சொன்னது என் ஞாபகத்திற்கு வந்தது. நான் புன்சிரிப்புகொண்டு ஏழை மக்களின் பொருட்டாக நடப்பதெல்லாம மிறைவன் செயலென மகிழ்ந்தேன்.

நான் இந்தியா திரும்பிவந்தபோது மகாசபையில் இவ்வினத்தவர்பால் நடந்த விஷயங்களை என் சொந்தசெலவில் பிரசுரம் செய்தும் பல கூட்டங்கள் கூட்டியும் விளக்கிக்காட்டினேன்.

(புதிய சீர்திருத்தம்) பூனா ஒப்பந்தம்

இந்த ஒப்பந்தத்திற்கு பிறகு மாகாண சட்டசபையானது (மேல்சபை) கவுன்சில் (Council) என்றும் (கீழ் சபை) அசம்பிளி (Assembly) என்றும் சென்னையில் அமைக்கப்பட்டிருக்கிறது.

கூட்டுத்தொகுதி

அசம்பிளியில் ஒடுக்கப்ட்ட வகுப்பினர்களை இதர சமூக கக்ஷிகாரர்கள் தங்கள் பக்கம் சேர்த்துக்கொள்ள முயன்றார்கள். அசம்பிளிக்குத் தேர்ந்தெடுக்கப்பட்ட 30 மெம்பர்கள் தனியானதோர் கட்சியாயிராமல் அவர்களில் 27 பேர்கள் காங்ரஸ் கட்சியில் சேர்ந்துவிட்டார்கள். இவர்களை தெரிந்தெடுத்தவர்கள் (Voters) தெரிந்தெடுக்கப்பட்டவர்களும் (Elected Members) தங்கள் சமூக சேவை இன்னதென்றும் அதனால் உண்டாகும் பலா பலன்களைக் கவனியாதவர்களாகவோ தெரியாதவர்களாகவோ நடந்து வருகிறார்கள் என்பதை தெரியாமல் கூட்டுத் தொகுதியாலுண்டான கெடுதி என்று இச்சமூகத்திவர்களில் பலர் அபிப்பிராயம் கொள்ளலாம். அறியாமையோ வறுமையோ இதற்கு காரணமாகக் கொள்ளவேண்டுமேயொழிய கூட்டு தொகுதியில் மாத்திரமல்ல தனித்தொகுதியினாலும் மேற்கண்ட காரணங்களால் கெடுதியே நேரிடும்.

தனித்தொகுதி

சென்ற 1938—ம் வருடம் டிசம்பர் மீ கார்ப்போரேஷன் தேர்தல் நடந்தபோது ஆதிதிராவிடர் சமூகத்திற்கென்று தனித்தொகுதியில் ஒதுக்கிவைத்த ஸ்தானத்திற்கு அபேக்ஷகராக நின்றவர்கள் இதர சமூகத்திற்கும் இதர கட்சிக்கும் நிற்பதாக சொல்லி நிற்க ஆதிதிராவிட சமூக (ஓட்டர்கள்) தெரிந்தெடுப்பவர்கள் சம்மதம் கொடுத்து ஆதரித்தார்கள். இதனால் இந்நகரில் கல்வியும் சற்று பொருட்செல்வமும் விதரனையும் தேர்தல் காரியங்களை நன்கறிந்தவர்களும் தாங்கள் சமூகத்தை அலட்சித்து இதர சமூகத்தையும் இதர கட்சியையும் ஆதரித்ததாகத் தெரியவருகிறது. சமூகத்தவர் செய்யும் குற்றத்திற்கு பூனா ஒப்பந்தம் செய்தோரை நிந்திப்பதேன். தேச சரித்திரத்தையும் ஆதிதிராவிட சமூகத்தவர் சரித்திரத்தையும் பார்த்தால் ஒப்பந்தத்தில் கண்டிருக்கும் பத்து வருஷங்கள் பத்து நொடிகள் போல் பறந்துவிடும்.

ஒப்பந்தத்தை அநுபந்தம் 3—ல் காணலாம்.

நானும் என் சகா அம்பேத்காரும் வட்டமேஜை மகாநாட்டில் வேண்டிய பாடுகள்பட்டு வாக்குரிமைக்கான யோக்கியதை இச்சமூகத்தவருக்கு வெகுசுலபமாய் மட்டுப்படுத்தினோம். இவ்வினத்தவர் வாக்குரிமைகளால் சட்டசபையில் அங்கத்தினவராய்

அமைந்த 30 பேரில் 20 பேர் தங்கள் வாக்குரிமைகளை இதர கட்சியாருக்குப் பலி கொடுத்துக்கொண்டிருக்க இச்சமூகத்தவர் கவனியாதிருப்பதை பார்க்க மனம் வருந்துகிறது. சமூக சேவை செய்வோர் தங்கள் சந்ததி செழிக்க உழைப்பவராவர்.

ஆலய பிரவேசம்

தீண்டாமை என்பது இந்தியாவிலிருக்குமட்டும் பூரண சுயராஜியமேற்படுவது சாத்தியமல்லவென்று ஜாதி இந்துக்கள் உணர்ந்து, தீண்டப்படாதவர்களை ஆலயங்களுக்குள் விடுவதாக ஆலயபிரவேசம் என்னும் மசோதா ரூபமாக இயக்கத்தை ஜாதி இந்துக்கள் கவர்ன்மென்டார் மூலமாக சட்டசபைக்கு கொண்டுவந்தார்கள். அந்த மசோதாவைச் சட்ட சபைகளிரண்டும் அங்கீகரித்து சட்டமேற்படுத்திவிட்டன. பிரிட்டிஷ் மலையாளம் ஜில்லாவில் இந்து ஆலயங்களில் தீண்டாதாரென்னும் இந்துக்கள் உள்பிரவேசிக்க விட அனுசரிக்கவேண்டிய கிரமங்கள் அந்த சட்டத்தில் கண்டிருக்கின்றன. கூடியசீக்கிரம் அமலுக்கு வரும்போலும். அநேக முக்கியமான ஆலயங்கள் ஆதிதிராவிட சமூகத்தைச் சார்ந்த பெரியோர்கள் தகனமான இடத்தில் கட்டப்பட்டனவென "பறையன்" என்ற பத்திரிகையிலும் சமீபகாலத்தில் துண்டு பத்திரிகையிலும் பிரஸ்தாபித்திருக்கின்றேன். ஆதிதிராவிடர் ஆலயங்களில் பிராமணர் முதலான சகல ஜாதியாரும் மதஸ்தரும் பிரவேசித்து வணங்கலாம். ஆனால் ஜாதி இந்துக்கள் ஆலயங்களில் தங்களுக்குள்ளடங்கியிருக்கும் நாலு ஜாதியாரைத் தவிர வேறு யாரும் பிரவேசிக்கக்கூடாது.

ஜாதி இந்துக்கள் ஆலயங்களை ஆதி திராவிடருக்கு திறந்துவிட்டால் விருப்பமுள்ளவர்கள் பிரவேசிக்கலாம். ஜாதி இந்துக்கள் தங்கள் ஆலயங்களை திறந்துவிட அவர்களுக்குள்ளே ஆலோசித்து தீர்மானித்துக்கொள்ளட்டும். "ஆலயப் பிரவேசம்" என்னும் துண்டு பத்திரிகையில் இதை வெகுவாய் பிரஸ்தாபித்திருக்கின்றேன்.

சனாதன தருமம் என்பதை நிலைநாட்ட இந்துக்களில் ஓர் பிரிவார் சென்ற வருஷம் சென்னையில் கூட்டமாய் கூடியபோது ஒரு துண்டு பத்திரிகை பிரசுரித்து கொடுத்தேன். அதில் திருச்சிராபுரம் சாம்பவ சாம்பான் என்பவரை ஜம்புகேஸ்வர் என்றும் தஞ்சாவூர் பிரவிடை சாம்பரன் என்பவரை பிரதீஸ்வரர் என்றும் திருவாரூர் தியாக சாம்பான் என்பவரை தியாகராஜ பெருமாள் என்றும் பெயர் மாற்றி அவர்கள் தகனம் செய்யப்பட்ட இடங்களில் கட்டியிருக்கும் திருப்பணிகளை கைப்பற்றிக் கொண்டு மானியம் திரவிய முதலான உரிமைகளை அபகரித்ததுமல்லாமல் சாம்பவ சந்ததியாரை அத்திருப்பணிக்குள் பிரவேசிக்க வொட்டாமல் நீக்கி வைத்திருப்பது தருமமாவென்று கேட்டிருக்கின்றேன்.

மதமாற்றம்

இந்துக்கள் அடக்கத்தினின்று தாழ்த்தப்பட்டோர் மதமாற வேண்டுமென்று டாக்டர் அம்பேத்கர் பஹிரங்கமாய் பிரஸ்தாபித்த போது தாழ்த்தப்பட்டார் இந்துக்கள் அடக்கத்திலில்லை, தாங்களிருக்கும் மதத்திலிருந்து கொண்டே ஆன்மையான வீரத்துவத்துடன் முன்னேறவேண்டுமென்று உடனே தந்திமூலமாக பிரஸ்தாபித்தேன். இந்துக்கள் அனுசரிக்கும் நாலு வர்ணங்களிலொன்றிலேனும் சேர்ந்திராததால் தாழ்த்தப்பட்டோர் இந்துக்கள் அடக்கத்திலில்லை என்பது வெளிப்படை.

பௌத்தமதம்

1882—ம் வருடம் மாது ஸ்ரீ பிளாவட்ஸ்கி அம்மையையும் கர்னல் ஆல்காட்டு அவர்களையும் நீலகிரியில் தரிசித்து அவர்களுடன் சிலநாள் பழகி வந்தேன். யோகானுபவ சங்கத்தில் சேர்ந்து அதின் தலைவராயிருந்து கர்னல் ஆல்காட்டு அவர்களால் தீக்ஷைபெற்றேன். பௌத்த மதத்தை சீர்தூக்கி அவர் பேசுவார். 1900—ம் வருஷம் அம்மதத்தை தாழ்த்தப்பட்டார் சமூகத்தில் அழைக்க தொடங்கினார். சமூகத்தில் பிரிவினையுண்டாகுமென அஞ்சி அவரை பத்திரிகை மூலமாய் தாக்கினேன். ஒருவரையொருவர் தான்தோன்றிய தம்பிரான் என்று தர்க்கித்துக்கொண்டோம். சிலர் அம்மதம் புகுந்தார்கள். பறையர் என்பதைவிட பௌத்தர் என்பது சிலாக்கியமானதென்று சொல்லிக்கொண்டார்கள். சில இடங்களில் மடங்களைக்கட்டி கொண்டார்கள். பறையர் அல்லது ஆதிதிராவிடர் என்னும் சமூகத்தவர்களுக்கு கல்வியிலும் பொருளாதாரத்திலும் சர்க்கார் கொடுக்கயேற்படுத்தியிருக்கும் உதவி பௌத்த மதஸ்தராய் மாறிய சமூகத்தவர்களுக்கு கிடைக்கக்கூடாதாயிற்று.

இந்து சமயவாதிகளென்னும் ஜாதி இந்துக்களும் தமிழ் சமயிகளான தாழ்த்தப்பட்டாரோம் ஒரே மதசார்பினராவர். ஜாதி இந்துக்கள் செய்யும் கொடுமையை தாளமுடியாமல் தாழ்த்தப்பட்டார் மதமாறிபோகிறார்கள். தௌர்பாக்கிய நிலையினின்று சீர்தூக்க வேணுமென தாழ்த்தப்பட்டார் பல நூற்றாண்டுகளாக முறையிட்டதற்கிணங்கி கல்வியிலும் செல்வத்திலும் விருத்திப்பெற கவர்ன்மென்டார் பல வருடங்களாக உதவி புரிந்துவருகிறார்கள். தாழ்த்தப்பட்டார் சமூகத்தினின்று மதமாறி வேறு சமூகத்தில் சேர்ந்து கொண்டவர்கள் தங்களை தாழ்த்தப்பட்டாரோடு சேர்ந்து உதவவேண்டுமென விதண்டவாதம் கவர்ன்மென்டாரிடம் தொடுத்திருக்கிறார்கள்.

கவர்மென்டார் சட்டப்படி சமூகங்களில் வரையறையேற் பட்டிருக்கிறது. ஒரு சமூகத்தவருக்கு கவர்மென்டார் கொடுத்த உதவியை மற்றொரு சமையத்தார் பெறகூடாது. ஒரு மதத்தினின்று வேறொரு மதத்திற்கு மாறினால் ஒரு சமூகத்தினின்று வேறொரு சமூகத்திற்கு மாறினவர்களாவார்கள். அவர்கள் முன்னிருந்த சமூகத்திற்கு கிடைத்த உதவியை மாறியிருக்கும் சமூகத்தினின்று பெறக்கூடாது. அப்படி பெறச்செய்தால் மதமாறியவர்கள் முழு உதவியையுமேற்றுக் கொள்வார்கள். அன்றியும் தங்கள் மதமாற்றம் சூட்சிமுண்டாகுமென தாழ்த்தப்பட்ட சமூகத்தார் பீதி கொள்ளுகிறார்கள். மதமாறி வேறு சமூகத்தைச் சேர்ந்தவர்கள் தனிப்பட்ட தங்களுக்கு வேண்டிய உதவியைச் சர்க்காரிடமிருந்து பெற்றுக்கொள்ளுவது உத்தமம். இந்தக் கருத்தைக்கொண்டு சட்டசபையில் பலதரம் பேசியும் பத்திரிகைகளுக்கெழுதியும் வருகிறேன்.

இந்திய காங்ரஸ்

1884—ம் வருடம் சென்னையில் அடையார் என்னுமிடத்தில் தியாசபிக்கல் சொஷயிட்டி என்னும் யோகானுபவ ஞான சங்கத்தின் வருஷாந்தர உற்சவம் நடந்தது. சங்கத்தில் நானும் ஓர் அங்கத்தினர். அந்த உற்சவத்திற்கு வங்காள பாபுகளும், பம்பாய் பார்சீகளும், நமது மாகாண பிராமணர்களும் ஐரோப்பா, அமெரிக்கா, இலங்கை முதலான தேசங்களிலிருந்து பலரும் வந்து கூடினார்கள். நானும் போய் கூடினேன். கர்னல் ஆல்காட் என்பவர் சங்கத்தின் தலைவர். அப்போது வங்காள பாபுகள் ஒரு ஆலோசனை செய்தார்கள். அதாவது இந்தியர்கள் இம்மாதரியாகக்கூடி அரசியல் விஷயமாய் ஒரு சபை நடத்த கூடுமென்பது அவர்கள் கல்கத்தா திரும்பியபிறகு இந்தியா காங்ரஸ் என்பது 1885—ம் வருடம் ஏற்பட்டது. இந்த காங்ரஸ் உற்பத்தியானதற்கு காரணஸ்தர் அவர்தானென்று கர்னல் ஆல்காட் தன்னைச் சொல்லிக்கொள்வார்.

இந்தியா காங்ரஸில் மிக தனவந்தரும் மேதாவியருமே இருந்து நடத்தி அரசாட்சியைக் கைப்பற்றவேண்டுமென்னும் நோக்கத்துடன் பேசியும் நடவடிக்கை நடத்தியும் வந்தார்களேயொழிய கோடிகணக்கானவர்கள் இந்தியாவில் தாழ்த்தப்பட்டும் மிக ஏழ்மைத்தனத்திற்குள்ளாக்கப்பட்டுமிருக்கும் தங்களினத்தவர்களின் முன்னேற்றத்தை எவ்வளவும் நினைத்தார்களில்லை. அதனால் காங்ரஸ்காரரிடம் வெறுப்பும் எதிர்ப்பும் தாழ்த்தப்பட்டாருக்குண்டாகிக் கொண்டிருக்கின்றன. 1894—ம் வருடம் சிவில் சர்வீஸ் பரிக்ஷை இந்தியாவிலும் நடைபெற வேண்டுமென பார்லிமென்ட்டு முன்பாக காங்ரஸ்காரர் கொண்டுபோன மசோதாவை தாழ்த்தப்பட்டார் எதிர்மறுத்து வெற்றிபெற்றார்கள். 45 வருஷங்களாக காங்ரஸ்காரரோடு தாழ்த்தப்பட்டார் வாதம் தொடுத்து கொண்டிருக்கிறார்கள்.

1918—ம் வருடம் திரு. காந்தி அவர்கள் வெளிக்கிளம்பி அவரும் அவர் சார்பாகயுள்ளவர்களும் தீண்டாமை யொழிக்கவேண்டுமென ஜாதி இந்துக்களிடம் இருபது வருஷங்களாய் கிளர்ச்சிசெய்து வருவது கானகத்தே பெய்யும் மழை போலிருக்கிறது. திரு. காந்தி அவர்கள் காங்ரஸுக்கு கற்பிக்கும் மேலதிகாரியாக விளங்குகிறார். தீண்டாமையை யொழிக்கவேண்டும் என்னும் இயக்கத்தை பரவச் செய்துவருகிறார். தீண்டாமையை யொழிக்கவேண்டுமென்று சொல்ல ஜாதி இந்துக்கள் நா திரும்பியிருக்கிறதேயொழிய அவர்கள் மனம் திரும்பவில்லை. தாழ்த்தப்பட்டாரில் ஒரு சிலர் சொல்லுவது: "தீண்டாமை என்னும் பேய் ஜாதி இந்துக்களை பிடித்தாட்டுகிறது.

தாங்களே அதை திட்ட முடியாது. நாங்கள் தடியெடுத்தால் ஒரு வருஷத்திற்குள் நாட்டைவிட்டு துறத்திவிடுவோம். கலகம் பிறந்தால் நியாயம் பிறக்கும்".கலகம் கொடிய துன்பத்திற்குள்ளாக்கும். அதினின்று மீள வெகு நாள் செல்லும் என்பேன். விரோதமும் வெறுப்பும் மமதையும் பாவமானவைகள். அரசியல் தந்திரங்களையறிந்து ஆட்சியைக் கைப்பற்றும் முறையை நாடி உழைப்பதே உபாயம். அதற்கு ஆதிதிராவிடர் சமூகத்தை வலிவு செய்யவேண்டும். ஆட்டுக்கடாக்கள் சண்டையில் புகுவதும் ஆடு நனைகிறதென்று குந்தி அழுவதும் மயந்தையில் பாய்ந்து கொள்ளை யாடுவதுமான ஜாதி இந்துக்களைக் காண்கிறோம். இவர்களை அதட்டியும் பதவிக்கும் பணத்திற்கும் சமூகத்தை வஞ்சிப்பவர்கள் வழிப்படவும் செய்ய வேண்டும். காங்ரஸ்காரரும் ஜாதி இந்துக்களும் சுயராஜிய முறையில் ஆட்சி நடத்திவருகிறார்கள். இன்னும் பூரண சுயராஜியம் பெற பாடுபடுகிறார்கள். அவர்களதைக் கைப்பற்றாமுன் எதிர்மறுத்து நின்று ஆதிதிராவிடர்கள் தங்கள் சமூகத்தை வலிவுபடுத்தி தீவிரமாக கரையேறவேண்டும். நஷ்டமும் கஷ்டமும் தங்களுக்குண்டாகுமென ஜாதி இந்துக்கள் உணருமட்டும் தாழ்த்தப்பட்டாருக்கு வழிவிட மாட்டார்கள் என்பது என் அனுபவம். நாம் ஆதரித்து சமூக சேவை செய்யவேண்டும்.

திரு காந்தி அவர்கள்

திரு காந்தி அவர்களைக் கல்வியாளரும் கனதனவான்களும் எப்பவும் சூழ்ந்திருப்பார்கள். 1895—6—ம் வருஷத்தில் பச்சையப்பன் கலாசாலையில் 1902—ம் வருஷம் கீழ்ஆபிரிகா, ஜான்ஷிபார் தீவிலும் இவர் உபநியாசத்தை கேட்டிருக்கிறேன். தென்னாப்பிரிகா பீனிக்ஸ் என்னுமிடத்தில் அவர் உபவாசமிருந்து முடிவான பத்தாம் நாள் அவரைக் கண்டேன். என்னை உபசரித்து அன்பு பாராட்டினார். அன்று முதல் அவர் சிநேகம் எனக்கு உண்டாயிற்று. அது 1906—ம் வருஷத்திலிருக்கலாம். அவர் இந்தியா திரும்பியதும் தீண்டாமையைப்பற்றி கிளர்ச்சி செய்தார். 1920ஆம் வருடம் ஒரு பஹிரங்க கடிதம் எழுதினேன். அதை ஒரு சிறு புத்தகரூபமாய் பிரசுரித்தேன். வட்டமேஜை மகாநாடு நடந்தபோது பலதரம் சந்தித்தேன். தனித்தொகுதி தாழ்த்தப்பட்டாருக்குக் கொடுக்க அவர் உயிர்போனாலும் விடமாட்டேன் என்று வாதம் தொடுத்தார். தாழ்த்தப்பட்டாருக்குத் தனித்தொகுதி கொடுக்கப்பட்டது. பூனா சேர்ந்து ஏரவாட சிறைச்சாலையிலிருக்கும்போது தாழ்த்தப்பட்டாருக்கு தனித்தொகுதியேற்பட்டதால், தன்னுயிரை மாய்த்துக்கொள்ளுவதாக உண்ணாவிரதம் ஆரம்பித்தார். சிறைச்சாலையில் மூன்று தரம் கண்டேன். வாதாடி வெற்றி பெறுவதை இவர் தவிர்த்து உண்ணாவிரதமிருப்பது வீரத்தன்மையையிழந்து இரக்கத்தைத் தேடவேண்டியவரானார் என்பதைக் கண்டு என் மனதிரங்கி பூனா ஒப்பந்தத்தில் கையொப்பமிட்டேன். அவருக்கு அசரீரி கேழ்ப்பதைப்பற்றி அடிக்கடி பிரஸ்தாபிப்பார். அசரீரி வாக்கை நானும் கேட்டிருக்கின்றேன். அநேகர் கேட்கும் அருள்பெற்றிருக்கிறார்கள். அதைப் பிரஸ்தாபிக்கக்கூடாதென பத்திரிகை வாயிலாய் வெளியிட்டேன். அவர் சென்னை வந்தபோது அவருடன் நான் சம்பாஷித்ததைச் சிறு புத்தகரூபமாய் வெளியிட்டிருக்கிறேன். தாழ்த்தப்பட்டார் சார்பாக பல லக்ஷம் கணக்கான பணத்தை வசூலித்து அவர்கள் பிள்ளைகள் கல்விக்காகச் செலவழித்தார். தீண்டாமையை யொழிக்க 20 வருடங்களாக அவர் கிளர்ச்சிசெய்துவந்தும் ஜாதி இந்துக்களின் கல்மனதினின்று நாருரிக்க அவரால் முடியவில்லை. தாழ்த்தப்பட்டாரை ஹரிஜனங்கள் என்று அவர் பெயர்சூட்டி அழைத்துவருகிறார். அவர் மனம்போனபடியேதேதோ எழுதிவருகிறார். அவைகளில் பெரும்பாலும் தாழ்த்தப்பட்டார் அபிப்பிராயமல்லவென்றே சொல்லலாம். அது தன்னயதேட்டம், அவர் அசரீரி வாக்கைக் கேட்டறியும் அருள் பெற்ற ஒரு நல்ல ஆத்மா.

என் இல்வாழ்க்கை

நான் கடனுக்காளாகாமலிருந்து வருவதும் எதிர்த்து பேசாத என் பிராணேசியின் சாந்த குணமும் சமூகத்திற்குழைக்க எனக்கு சாத்தியமாயிருந்தது. இதைச் சென்னை ஒட்டேரி மயானத்தில் அவர் சமாதிக் கல்லில் குறித்திருக்கிறேன்.

முடிவுரை

பத்திரிகை பிரசுரிக்க நான் ஆரம்பித்தபோது வயோதிகமான பெரியோர்கள் என்னைக் கண்டு ஆசிர்வதிக்கும்போது "அப்பா! நீர் விதைத்த விதை புளியம் விதைப்போல் வேரூன்றி, பெரும் விருட்சமாகி, பலமாய் மோதி அடிக்கும் பெரும்புயல் காற்றுக்கு வளைந்து கொடுத்து, செழித்தோங்கி, பயன் தருவதுபோலாகும்; மற்ற விருட்சங்கள் புயல் காற்றை எதிர்த்து வளையாமல் முறிந்து கெடும்" என்றார்கள். கடல் கொந்தளிப்பில் பெரும் அலைகள் ஒன்றன்பின் ஒன்றாக மோதி தாக்குவதுபோல் இதர சமூகத்தவர்களான ஜாதி இந்துக்கள் இச்சரித்திரத்தில்கண்ட ஐம்பது வருடகாலத்தில் தாக்கியத் தாக்குதலுக்கெல்லாம் வளைந்து கொடுத்து அவர்களிடம் வெறுப்பு, விரோதம், தேசத்தின் கலகம் முதலியவைகளுக்கு இடங்கொடாமல் இராஜ விசுவாசிகளாய் கிராமங்களில் குடியானவர்களாக இருக்கும் இச்சமூகத்தார் மண்ணைக்கிளரி தேசமக்களை போஷித்து வருவதோடு விதரணை தோன்ற தோன்ற விருத்திபெற்று, தேசத்திலுள்ள உரிமைகளில் விசேஷமான வாக்குரிமையின் வலிமையைத்தெரிந்து தங்கள் கரத்திலிருக்கும் தாத்துக்கோலோடு தங்கள் சுயமுயற்சியால் செங்கோலுமேந்தி செழித்தோங்குவார்கள். இச்சமூக மக்கள் இனி வருங்காலத்தில் நாட்டிற்கு நல்லதோர் ஊன்றுகோலாக வலுக்க இறைவன் அருள் புரிவாராக.

அநுபந்தம் 1

சிவில் சர்வீஸ் பரீக்ஷை எதிர் மறுப்பு

கிரேட் பிரிட்டன்; ஐயர்லாந்து பார்லியமெண்டிலுள்ள மகா கனந்தாங்கிய காமன்ஸ் சபையாருக்கு,

சென்னையிலும் அதைச் சார்ந்த சுற்றுப்பிறங்களிலும் வசிக்கும் பறையர் என்னும் வகுப்பினர் பஹிரங்க சபையாகக்கூடி அதிவிநயமாய்த் தெரிவித்துக் கொள்ளும் விண்ணப்பமாவது:

இச்சென்னை ராஜிதானியில் இப்பொழுதாகியிருக்கும் குடிமதிப்பின் பிரகாரம் தென்னிந்தியாவிலுள்ள பிரஜைகளில் மொத்தத் தொகையில் சற்றேறக்குறைய 90 லக்ஷம் அல்லது 100—க்கு 25 வீதமாகக் கணக்கிடப்பட்டிருக்கும் பறையர் என்னும் வகுப்பினருக்கு பிரதிநிதிகளாகிய தங்கள் விண்ணப்பதாரிகள் தங்கள் கனம்பொருந்திய சபைசமூகத்துக்கு முன் ஜெனரல் செஸ்னி என்னும் பிரபுவானவர் கொண்டுவந்திருக்கும் முகமதிய பிரஜைகளின் விண்ணப்பத்திற்கொத்ததாய், ஏகக்காலத்தில் சிவில் சர்வீஸ் பரீக்ஷையானது இந்தியாவிலும் இங்கிலாந்திலும் நடந்தேறிவரப்படாது என்பதை ஊர்ஜிதப்படுத்துகிறார்கள். அதை எப்படி ஊர்ஜிதப்படுத்துகிறார்களென்றாலோ சிவில் சர்வீஸ் பரீக்ஷையானது ஏக க்காலத்தில்இந்தியாவிலும் இங்கிலாந்திலும் நடத்தப்படவேண்டுமென்னும் ஏற்பாடானது ஹிந்துக்களில் வங்காளிகள், பிராமணர்கள் என்னும் இரு வகுப்பினர்கள் கொள்ளும் உயர் பதவி உத்தியோக அபேக்ஷையை வெளியிடுவதாகவே தோன்றும். இந்த அபேக்ஷையைச் சுதேச பத்திரிகைகள் காத்தும் பேசுகின்றன. இது ராஜாங்கத்தில் ஆங்கிலேயர் மாத்திரம் சிறந்த சில உத்தியோகங்களை ஒப்புக்கொள்ளச் செய்யும் சிவில் சர்வீஸ் உத்தியோகங்களினின்று அவரவர்களைத்தீர நீங்கச்செய்து கடைசியாக அந்த உத்தியோகங்கள் அனைத்தையும் ஹிந்துக்களே கைப்பற்றிக்கொள்ளசெய்யும் மேற்கண்ட நியாயங்களினாலும் இன்னும் பல நியாயங்களினாலும் இந்த ஏற்பாடு நிவாரணிக்கப்படத்தக்கதாயிருக்கிறது.

சீர்திருத்த நிலைமைக்கு கொண்டுவரப்பட வேண்டியவர் களாயிருக்கிற பறையர் தற்காலத்திலும் முற்காலத்திலும் தீட்டும் கொடுங்கோன்மையான அடிமைத்தனத்திலிருந்து வருவதற்கு முதற் காரணஸ்தர்கள் பிராமணர்களே. ஆங்கிலேயரோடு பிராமணர்களை ஒப்பிட்டுப்பார்க்கில் நன்னெறி விஷயங்களில் பிராமணர்கள் கேவலஸ்தராவார்கள். தற்காலம் இந்த பிராமணர்கள் மாத்திரமே மேல் உச்சமாய் உயர்தர பதவிக்கு வரும் பரீக்ஷசில் தேறுகிறவர்களாவார்கள்

என்னும் நோக்கம் தங்கள் விண்ணப்பதாரர்களுக்கு தீர்க்கமாய்த் தெரிந்திருக்கிறது. தேசபிரமாணத்திற்கேற்றபடி பறையருக்கும் இந்த ஏற்பாடு உறானியை விளைவிக்கும். பறையர்களென்னும் இந்த வகுப்பினர் விவசாயத் தொழில் செய்துவருபவர்களுக்குள் பெரும்பாலும் மேல் உச்சமானவர்கள். பல தேசத்தார்களுக்குள் இருக்கிற பிரகாரமாய் விவசாயத் தொழில் செய்துவரும் பறையர் இந்தியாவில் ராஜாங்கத்தவர்களுக்கு ஊன்றுகோலாயிருந்தே வந்திருக்கிறார்கள். ஆகையால் பவுல் என்னும் துரை தங்களது கனந்தங்கிய சமூகத்தில் கொண்டுவந்திருக்கும் இந்த நூதன ஏற்பாட்டைத் தடுக்கப் பிரார்த்திருக்கின்றார்கள்.

வெளி ஜில்லாக்களில் மேல் ஜாதியாரின் பிள்ளைகள் படித்துவரும் கிராம பாடசாலைகளில் பறையரின் பிள்ளைகள் படிக்க இடமற்றிருக்கிறார்கள். உயர்ந்த ஜாதியார் குடியிருந்துவரும் கிராமங்களின் வீதிகளில் கிராம கன்றுகாலிகள் நடமாட பாதைவழியிருந்தும் பறையர் நடமாட பாதைவழி கிடையாது. ஊரார் தண்ணீர் மொண்டுகொள்ளும் நீர்நிலைகளில் இவர்கள் தண்ணீர் மொள்ளப்படாது. கிராமக்குடிகள் பல விஷயங்களிலும் இவர்களை ஜனாங்கத்தினின்று அப்புறப்பட்டிருக்கும் குஷ்டரோகிகளைப்போல் எண்ணி வருகிறார்கள். சிவில் சர்வீஸ் பரிக்ஷையானது இவித்தத் தன்மையுள்ளவர்களால் புளிப்பாக்கப்படுவதைப் பறையர் பார்த்து பீதி கொள்வதுமின்றி அவர்கள் தங்களுக்கு இயல்பிலே விரோதிகளாயிருக்கிறார்கள் என்றும் காண்கிறார்கள். இதற்கு அவர்களுக்கு நியாயமுண்டு. நாளதுமட்டும் காணப்படும் சாக்ஷியங்களால் இது திருஷ்டாந்தப்படும். அவர் அவர்களுக்குரித்தான தற்சுயாதீனத்தைப் பாராட்டிக்கொள்ள இடந்தரும் இந்த ஆங்கிலேய துரைத்தனத்திலும் சிலர் செறுக்கின் மமதைகொண்டு நடக்கும் இக்காலத்திலும் தங்கள் அக்கியானத்தை அகலவிடாமல் பாரம்பரியமாய்த் தங்களுக்குண்டாயிருக்கும் கொடுமையிலும் துரோகத்திலும் அணுவேனும் அகலவிடாமல் பற்றுறவு கொள்வதினால் நிலத்துக்கே அடிமை மக்களாய்ப் பிறந்த பறையர்கள் இந்திய ராஜாங்கத்தில் உதவியற்று நிர்பந்த நிலைமைக்குள்ளிருக்கிறார்கள். இந்த துரைத்தனமே சன்மார்க்கமாக, ஜனங்க, ராஜரீக விஷயங்களில் காணுங் குறைவுகளைக் களைந்து அவைகளைப் பரிபாலிக்கின்றது.

தொன்றுதொட்டுவந்த நடவடிக்கையை அனுசரித்து நடக்கும் சுயதேசத்தான் ஒருவரைப் பார்க்கிலும் மேல் ஜாதியான் சிவில் உத்தியோகஸ்தன் ஒருவர் கல்விவாசனையினால் அதிக கிருபையும் அனுதாபமுள்ளவனாயிருப்பதானென்னும் மேல்போக்கான நியாயங்களைப் பாராட்டினாலுங்கூட தங்களது

விண்ணப்பதாரர்கள் ஆங்கிலேயர் மாத்திரமே உத்தியோகங்கள் செய்ய அதிக தகுந்தவர்களென்ற மதிப்பதினால் அவர்கள் பரிபாலனத்தின் கீழ் வாழவே அதிக மனங்கொண்டவர்களாய் யிருக்கின்றார்கள் ஏனென்றால் அவர்கள் பட்சபாதமில்லாதவர்கள், பாரம்பரியமாயுண்டாயிருக்கும் சகுணங்களைப் படைத்தவர்கள், இந்த சகுணங்களைத் தங்கள் ஜாதியாருக்குச் சொந்தமாக படைத்தவர்கள். இந்த லக்ஷணங்களை இவர்கள் பொருந்தியவர்களாயிருப்பதினால் பல வகுப்பினரான இந்து தேச பிரஜைகளை இவர்கள் மாத்திரமே ஆளும் யோக்கியதையையுடையவர்களாயிருக்கிறார்கள்.

ஆனால், பிராமணர்கள் எப்படிபட்டவர்கள் என்றாலோ அவர்கள் பாரம்பரியத்திற்குச் சார்பான நினைவு கொண்டவர்கள். மூடமானாபிமான வழக்கமுடையவர்கள். இவ்வித லக்ஷனங்கள் அவர்களுக்குள்ளது உண்மையே. பல்லாண்டாய் வந்த அக்கியான வழக்கங்களுக்கு இவர்களது ஆங்கிலேய படிப்பு ஒன்றே வெறுமுக்காடாய் மாத்திரமிருக்கிறது. பழமொழியொன்றை நெப்போலியன் சொல்லியிருக்கின்றார். “ரஷ்யனைச் சுறண்டி குளிப்பாட்டினாலும் தார்க்கத்தாரியனாகத்தானிருப்பான்”. “பிராமணனுக்குள்ள நுறைபோன்ற மேற்கத்திய கலைக்கியானத்தை நீக்கிவிட்டால் காண்கிறபடி வண்டல்தான். பிராமணன் ஒருவன் தான் விரும்புகிறபடி சிவில் சர்வீஸ் உத்தியோக பதவியைப் பெறும் பட்சத்தில் சக்கரவர்த்தியவர்களின் பிரஜைகளில் மிகவும் துர்பாக்கிய நிலைமையிலிருந்துவரும் பறையர்களைச் சீர்படுத்தி மற்ற ஜாதியாருக்கும் அந்தஸ்திற்குச் சமமாய்க் கொண்டுவருவதற்குத் தகுதி என்று கண்டு அங்கீகாரமாகி செய்துவரும் பிரயத்தனங்கள் முழுவதும் வியர்த்தமாகாவிடினும் பிரயத்தனிக்கிறவர்கள் மனங்கலங்க அனாவசியமான தடையாகிலும் உண்டாகும். மேலும், பிராமணர் உத்தியோகஸ்தன் ஜாதிவேற்றுமைக்கும் அதைப்போலொத்த இப்பறையர்களுக்கு நஷ்டம் வருவிப்பான். இது பிராமணரின் பூர்வ நடபடியினால் விசிதமாகிறது. ஆகவே, நாகரீகம் பொருந்திய ஆங்கிலேயே ராஜரீகத்தார் பறையருக்கு நன்மையுண்டாக வேண்டுமென்று அவனை வற்புறுத்தினாலொழிய அவன் சுதாவாய் பறையருக்கு நன்மை செய்யான். ஆங்கிலேயரே இந்திய அரசாட்சி என்னுஞ் சகடத்திற்குச் சுள்ளாணியாயிருக்கிறார்கள்.

மேற்காட்டிய விஷயம் மனோபாவனையாய்ச் சொல்லியதல்ல. வெளி ஜில்லாக்களில் நாட்டுப்புறங்களில் ஜாதி வித்தியாசம் கட்டுப்பாடு இன்னும் முதன்மைபெற்று கொடுமையாய் நடக்கிறது. அறிவீனமான நாட்டுப்புறவாசிகள்தான் இப்படி நடந்துவருகிறார்களென்று எல்லோருக்கும் தெரிந்திருக்கிறது. மல்லாமல் இந்த ராஜதானியில் தலைநகரமாகிய சென்னையிலுள்ள

பச்சையப்பன் கலாசாலை என்னும் சிரேஷ்ட வித்தியாசாலையிலும் பறையர் பிள்ளைகளைச் சேர்க்கப்படாதென்று கட்டோட விலக்கியிருக்கிறதும், விசேஷ பிராமண அக்ராகாரமாகிய மைலாப்பூர் என்னும் கிராமமொன்றிருக்கிறதும் அதில் விசேஷித்த பிராமண வீதியொன்றிருக்கிறதும் அந்த வீதி சென்னை ஹைகோர்ட்ட பிராமண நீதிபதியின் கிரஹத்திற்கு எல்லை மாலாயிருக்கிறதும் அந்த வீதியில் விளம்பர பலகையொன்று தொங்குகிறதும் அந்தப் பலகையில் "பறையர் வரக்கூடாது" என்று கண்டிருக்கிறதும் அப்படி வந்தார் பறையர் நிந்தனைக்கும் தண்டனைக்குமுள்ளாவார்கள் என்றும் கண்டிருக்கிறதும் தெரிந்திருக்கிறது.

சுருக்கமாய் முடிவுரையாயும் சொல்லப்போனால் பறையர் ஆங்கிலேயர் தாமே நீதி செலுத்தி ஆளுவதில் திருப்தி கொண்டிருக்கிறார்கள். பவுல் என்னும் துரையின் ஏற்பாடு சித்திப்பெறுமேயானால் பிராமணர்களே சிவில் சர்வீஸ் உத்தியோகங்களைப் பெறுவார்கள். அவர்கள் நீதி செலுத்தும் விஷயத்தில் ஆங்கிலேயே உத்தியோகஸ்தர்களுக்குச் சுத்தமாய்ச் சரியொத்தவர்களேயல்ல. பிராமணர்கள் சிவில் சர்வீஸ் உயர்பதவி யடைந்தால் பறையர்கள் வெகுவாய் ஹிம்சைக்குள்ளாவார்கள். காரியமிப்படியிருப்பதால் யதாபலத்தைப் பற்றியும் தொழில் முயற்சியைப் பற்றியும் புருஷத்துவத்தைப் பற்றியும் சர்பெருந்தன்மையைப் பற்றியும் பட்சபாதமின்றிக் கண்டறிந்தவர்கள் சொல்லிய சாக்ஷியத்தை வகித்த மனுதார்கள் பறையர்களாகிய இவர்களின் பொருட்டாய் பவுல் என்பவரின் ஏற்பாட்டை நிவர்த்தி விடும்படி கனந்தங்கிய தங்களது சபையாரைப் பிரார்த்திக்கின்றார்கள். இப்படி நிவர்த்திப்பது நித்திரர்வர்தனி என்னும் பூதமொன்று செய்யும் உபத்திரவங்களினின்று பறையரை காப்பதாகும். எவ்வளவுக்கு எவ்வளவுகாலம் இந்தப் பூதம் நீங்காமல் இருக்கிறதோ அவ்வளக்களவு காலம் அது சென்ற காலங்களில் உபத்திரவம் செய்ததுபோலவே வருங்காலங்களிலும் உபத்திரவஞ் ச்யெயும். ஆங்கிலேயே அரசாட்சிக்கு துர் பேருண்டாக்கும் வித்தியாவிஷய பரிபாலனத்தில் விர்த்தியடைய வேண்டியவர்களாயிருக்கிற ஜாதியாரொன்றின் விருத்தியை இது தடுக்கும். பண்டை நாள்முதல் நாளதுமட்டும் இழிவான அடிமைத்தனத்தின் பற்களில் நசுங்கிய பறையரை நீக்கி அவர்களின் ஜநாங்க நிலைமையை விர்த்திபண்ணவே இவர்கள் தேச சீர்தேற்றத்தில் புது உயிரடைந்து பங்காலானடி மகாபலத்த ஜாதியாராவார்கள். மேலும் பலத்த ராஜா ராஜாக்கள் வாழும் ஆங்கிலேய ராஜரீகத்தில் ஆங்கிலேயருக்கும் இவர்கள் பலத்த துருகங்களாவார்கள்.

இப்படிப்பட்ட உதவிக்குக் கடமைப்பட்டிருக்கிற தஙகள் விண்ணப்பதாரர்கள்.

அநுபந்தம் 2

1925—ம் வருடம் ஜனவரி 27—தேதியுள்ள ஸெய்ன்ட் ஜார்ஜ் கெஜட் 1.எ. பாகத்தின் ஸப்ளிமென்டாய் பிரசுரிக்கப்பட்ட விளம்பரமானது திருத்தப்பட்டு 1925—ம் வருடம் ஏப்ரல் மீ 28—தேதியுள்ள ஷ கெஜட்டில் பின்வருமாறு பிரசுரிக்கப்பட்டிருக்கிறது.

போர்ட் ஸெய்ன்ட் ஜார்ஜ், 1924—ம் வருடம் செப்டம்பர் மீ 25—ம் தேதி (2660—ம் நி: எல் அன்ட் எம் கவர்ன்மென்ட் உத்தரவு)

நி. 1009—1924—ம் வருடம் ஆகஸ்ட் மீ 25—ம் தேதி சட்ட நிரூபன சபையார் சபை கூடினபோது அடியிற்கண்டபடி தீர்மானம் செய்தார்கள்:

இந்தத் தீர்மானமானது ராவ் பஹதூர் ஆர். ஶ்ரீனிவாசன் அவர்களால் சபைக்கு கொண்டு வரப்பட்டது.

1. 9) "இந்த சபையார் கவர்ன்மென்டாருக்கு அடியிற்கண்டபடி சிபாரிசு செய்கிறார்கள்: அதாவது:—

(a) எந்த வகுப்பையாவது சமூகத்தையாவது சேர்ந்த யாதொரு நபராகிலும் நபர்களாகிலும் யாதொரு பட்டணம் அல்லது கிராமத்திலுள்ள எந்த பொது ரஸ்தா, தெரு அல்லது கால்வழி மார்க்கமாகவாயினும் நடப்பதற்கு ஆட்சேபனை இல்லையென்பதும்

(b) இந்த தேசத்திலுள்ள ஜாதி இந்துக்கள் எம்மாதிரியாகவும் எவ்வளவுமட்டிலும் யாதொரு சர்க்கார் ஆபீஸைச் சேர்ந்த வளவுக்குள் போகலாமோ யாதொரு பொதுக்கிணறு, குளம் அல்லது பொது ஜனங்கள் வழக்கமாய்க் கூடும் இடங்களை உபயோகிக்கலாமோ அல்லது பொதுவான வேலை நடத்தப்பட்டு வருகிற இடங்கள், கட்டிடங்கள் ஆகிய இவைகளுக்குள் போகலாமோ அம்மாதிரியும், அவ்வளவு மட்டிலும், தாழ்த்தப்பட்ட வகுப்புகளைச் சேர்ந்த யாதொரு நபர் போவதற்காவது, உபயோகிப்பதற்காவது ஆட்சேபணை இல்லை யென்பதும்,

கவர்ன்மென்ட்டாரின் கொள்கையாகுமென்று அவர்கள் ஸ்பஷ்டமாய் ஒப்புக்கொண்டு அந்தப்படி பிரசித்தப்படுத்த வேண்டும்.

இந்தத் தீர்மானத்தை கவர்ன்மென்ட்டார் ஒப்புக் கொண்டிருக்கிறார்கள். ஆகவே, இது சகல பிரதேச அதிகார சபைகளுக்கும், இலாகா தலைவர்களுக்கும் சங்கதி தெரியும்பொருட்டும் அவர்கள்

இதை அனுசரித்து நடந்துகொள்ளும் பொருட்டும் அவர்களுக்குத் தெரிவிக்கப்படுகிறது. ஸி.பி. காட்டொல், கவர்ன்மென்ட் ஸெக்ரெட்ரி.

லோக்கல் போர்டுகள்

1920—ம் வருஷம் 14—வது ஆக்டாவது 1927—ம் வருஷத்து 1—வது ஆக்டின்படி திருத்தப்பட்டபடி, 157 எ பிரிவு:— பொதுவான பாட்டை வழியாய்ப் போகிறவர்களைத் தடுப்பவருக்கு விதிக்கக்கூடிய அபராதம் ரூ. 100.

1920—ம் வருஷம் 14—வது ஆக்டானது 1930—ம் வருஷம் திருத்தப்பட்டபடி ஷ 11—ம் அத்தியாயம் 167—வது பிரிவு:— லோக்கல்போர்ட் மார்க்கெட்டுகளுக்குள் போகிறவர்களைத் தடுப்பவருக்கு விதிக்கக்கூடிய அபராதம் ரூ. 100.

1920—ம் வருஷம் 14—வது ஆக்டானது 1933—ம் வருஷம் 22—வது ஆக்டால் திருத்தப்பட்டபடி 126 எ பிரிவு: பொதுவான கிணறு, குளம் முதலியவைகளை உபயோகிக்கையிலும் அனுபவிக்கையிலும் தடுப்பவர்களுக்கு விதிக்கக்கூடிய அபராதம் ரூ. 100.

டிஸ்டிரிக்ட் முனிஸிபாலிட்டிகள்

1920—ம் வருஷத்து 5—வது ஆக்ட் 1930—ம் வருஷம் அக்டோபர் மீ 1—தேதி வரையில் திருத்தப்பட்டபடி 180 எ பிரிவு:— தெருவை உபயோகிக்கையில் தடுப்பவருக்கு விதிக்கக்கூடிய அபராதம் ரூ. 100.

** ஆக்ட்டுகள் 227 பிரிவு:— கிணறு குளங்களை உபயோகிக்கையில் தடுப்பவருக்கு விதிக்கக்கூடிய அபராதம் ரூ. 100.*

** ஆக்ட்டுகள் 259 பிரிவு:— மார்க்கெட்டுகளை உபயோகிக்கையில் தடுப்பவருக்கு விதிக்கக்கூடிய அபராதம் ரூ. 100.*

மேற்கண்ட சட்டங்களை ஒரு சிறு புத்தக ரூபமாய் அச்சிட்டிருக்கின்றேன். வேண்டியவர்கள் தபால் கூலி உட்பட ஒரு அணா அனுப்பி பெற்றுக் கொள்ளலாம்.

மலையாளத்தையடுத்த பாலக்காடு தாலுக்காவில் கல்பாத்தி என்னுமோர் பார்ப்பன சேரியிருக்கிறது. அதற்குள் பார்ப்பனரல்லா யெவரும் போகக்கூடாதென்று ஐகோர்ட்டும் அதற்குமேலுள்ள பிரிவு கவுன்சல்மட்டும்போய் உத்தரவு பெற்றிருந்தார்கள்.

பார்ப்பனரல்லா டாக்டரும் வியாதிஸ்தரை காணவேணுமானால் குதிரைமேல்போய் வரவேண்டுமாம். அந்த பார்ப்பன சேரியையடுத்த கிராமத்திலிருக்கும் இழிஞ்சர் என்னும் தீண்டப்படாத

சமூகத் தவரில் சிலர் சட்டசபையில் நான் கொண்டுபோன தீர்மானத்தின்படி சட்டமேற்பட்டிருப்பதை வாசித்தறிந்து மேற்படி பார்ப்பன சேரியில் ஆலய உற்சவம் நடந்தபோது சேரிக்குள் பிரவேசித்தார்கள். அவர்களைப் பார்ப்பனர் அடித்து துரத்தி மாஸிஸ்டிரேட்டு கோர்ட்டில் பிராது செய்தார்கள். விசாரித்து பிராது தள்ளிவிடப்பட்டது. பார்ப்பனர் சென்னை ஐகோர்ட்டுக்கு அப்பீல் செய்தார்கள். லோக்கல்போர்டு முனிசிபாலிடியால் பராமரித்துவரும் எல்லை, தெரு பாதை முதலியவைகள் பொது ஜனங்களால் உபயோகிக்கப்படலாம் என்று தீர்மானமாயிற்று. இப்போது சகலரும், பார்ப்பன சேரிக்குள் பிரவேசிக்கிறார்கள். பொதுவான கிணறுகள் குளங்கள் பாட்டைகள் சத்திரங்கள் கட்டிடங்கள் முதலியவைகளை சகலரும் உபயோகிக்கலாம் என்று நான் பிரசுரித்திருக்கும் சிறு புத்தகத்தை அதிகாரிகளுக்கு காட்டி நாட்டிலுள்ள தாழ்த்தப்பட்டார் இப்போது பலயிடங்களில் சௌக்கியங்களை அனுபவித்து வருகிறார்கள்.

அநுபந்தம் 3

பூனா ஒப்பந்தம்

வட்டமேஜை மகாநாட்டில் தாழ்த்தப்பட்டார் பிரதிநிதிகள் தங்கள் சமூகத்தவர்களுக்குத் தனி தொகுதி வேண்டுமென்றார்கள். காந்தி அவர்கள் எதிர்த்து கூட்டு தொகுதியில் தாழ்த்தப்பட்டார் சேர்க்கப்பட வேண்டும் என்றார். தனித் தொகுதியில் 18 ஸ்தானங்கள் தாழ்த்தப்பட்டாருக்கு கொடுக்கப்பட வேண்டுமென தீர்மானமாயிற்று. இந்தியா திரும்பிய பிறகு காந்தி அவர்கள் உண்ணாவிரதமிருந்து கூட்டு தொகுதி வேண்டுமென்றார். தாழ்த்தப்பட்டார் பிரதிநிதிகளும் இந்து சமூக பிரதிநிதிகளும் கூடி ஆலோசித்து இந்துக்கள் தங்கள் ஸ்தானங்களிலிருந்து பன்னிரண்டு ஸ்தானங்கள் சட்டசபையில் தாழ்த்தப்பட்டாருக்கு கொடுத்து கூட்டுதொகையில் சேர்த்துக் கொள்ள வேண்டுமென தீர்மானமாயிற்று. அதனால் தாழ்த்தப்பட்டாருக்கு சென்னை சட்டசபையில் பதினெட்டிலிருந்து முப்பது ஸ்தானங்களாயின. ஒப்பந்தம் பத்து வருஷங்கள் மட்டுந்தான். 1932—ம் வருடம் செப்டம்பர் மீ 24—ந்தேதி ஏற்பட்டது.

ஒப்பந்தத்தின் விவரம்

ஒடுக்கப்பட்ட வகுப்பினருக்குச் சட்ட சபையிலிருக்கவேண்டிய பிரதிநிதித்துவ விஷயமாகவும் அவர்களது க்ஷேமசம்பந்தமான வேறு சில விஷயங்களைப் பற்றியும் அவர்கள் சார்பாக வேலை செய்யும் தலைவர்களுக்கும் இந்து சமூகத்திலுள்ள இதரர்களுடைய தலைவர்களுக்கும் பின் கண்ட உடன்பாடு ஏற்பட்டிருக்கின்றது.

மாகாண சட்ட சபைகளிலுள்ள கூட்டுத் தொகுதிப் பதவிகளில் ஒடுக்கப்பட்ட வகுப்பினருக்குப் பின் கண்டபடி பதவிகள் ஒதுக்கப்படும்.

சென்னை	—	30
சிந்துவுடன் கூடிய பம்பாய்	—	15
பஞ்சாப்	—	8
பீஹார் ஒரிஸா	—	18
மத்திய மாகாணம்	—	20
அஸ்ஸாம்	—	7
வங்காளம்	—	30
ஐக்கிய மாகாணம்	—-	20
மொத்தம்	—	148

பிரதம மந்திரியின் தீர்ப்பில் மாகாண சட்ட சபைகளிலிருக்கு மென்று அறிவிக்கப்பட்டுள்ள பதவிகளின் மொத்தத் தொகையை ஆதாரமாகக் கொண்டே இந்தக் கணக்கு தயாரிக்கப்பட்டிருக் கின்றது.

தேர்தல் முறை

(2) இப்பதவிகளுக்குக் கலப்புத்தொகுதி மூலம் தேர்தல் நடக்கும். ஆனால் அது தேர்தல் பின்கண்ட முறைக்குட்பட்டு நடக்கும்:— ஒரு தொகுதியிலுள்ள பொது வாக்காளர் ஜாப்தாவில் வாக்காளராகப் பதிவு செய்யப்பட்டிருக்கும் ஒடுக்கப்பட்ட வகுப்பு மெம்பர்களெல்லாம் ஒரு வாக்காளர் (ஓட்டர்) கோஷ்டியாக இருப்பார்கள். இந்தக் கோஷ்டியார் ஒதுக்கி வைக்கப்பட்ட ஒவ்வொரு பதவிக்கும் ஒடுக்கப்பட்ட வகுப்பினரைச் சேர்ந்த 4 பேர்களை ஒரே ஓட்டு மூலம் தெரிந்தெடுப்பார்கள். இந்தப் பூர்வாங்கத் தேர்தலில் அதிகப்படியான வாக்குகளைப் பெறுகின்றவர்களே பொதுத் தொகுதி வாக்காளர்களால் தெரிந்தெடுக்கப்படவேண்டிய தேர்தலில் அபேக்ஷகர்களாக நிற்பார்கள்.

(3) மத்திய சட்ட சபையிலும் ஒடுக்கப்பட்ட வகுப்பினருக்கு 2—வது க்ஷரத்தில் மாகாண சட்ட சபையில் அவர்களது பிரதிநிதித்துவத்திற்காகச் செய்யப்பட்டிருக்கும் ஏற்பாட்டைப் போலுள்ள ஏற்பாட்டின் மூலமே பிரதிநிதித்துவமளிக்கப்படும். (அதாவது அவர்களுக்குப் பதவிகள் ஒதுக்கப்பட்டு கலப்புத் தொகுதியில் நடக்கும் தேர்தல் மூலமே பிரதிநிதித்துவமளிக்கப்படும். ஆனால் முதலில் ஒடுக்கப்பட்ட வகுப்பு வாக்காளரே ஒதுக்கப்பட்ட பதவிகள் ஒவ்வொன்றுக்கும் தங்களில் 4 பேரை ஒரே ஓட்டு முறை மூலம் தெரிந்தெடுப்பார்கள். கலப்புத் தொகுதியில் நடக்கும் தேர்தலுக்கு அவ்வாறு தெரிந்தெடுக்கப்பட்ட 4 பேர்களே அபேக்ஷர்களாக நிற்பார்கள்.

மத்திய சட்டசபையில் 18 ஸ்தானங்கள்

(4) மத்திய சட்ட சபையில் பிரிட்டிஷ் இந்தியாவுக்காகப் பொதுத் தொகுதியில் ஒதுக்கப்படும் பதவிகளில் 100க்கு 18 வீதமுள்ளதை ஒடுக்கப்பட்ட வகுப்பினருக்காக ஒதுக்கிக் கொடுக்கப்படும்.

பூர்வாங்கத் தேர்தலுக்கு முடிவுக்கு வருங்காலம்

(5) மத்திய சட்ட சபைக்கும் மாகாண சட்ட சபைக்கும் தெரிந்தெடுக்கப்படுவதற்காக ஒதுக்கப்பட்ட வகுப்பு வாக்காளரே பூர்வாங்கமாக தங்களில் 4 பேரை ஒவ்வொரு பதவிக்கும் தெரிந்தெடுத்து கலப்புத் தொகுதியில் அபேக்ஷகராக நிறுத்தவேண்டுமென்ற முறை 10 வருஷங்களுக்குப் பிறகு முடிவுக்கு வரும். ஆனால்

6—வது ஷரத்தில் கண்டபடி பரஸ்பர உடன்பாட்டின் மூலம் இதனை இந்த 10 வருஷங்களுக்கு முன்னதாகவும் முடிவுக்குக் கொண்டுவரலாம். இவ்வாறு பரஸ்பர உடன்பாட்டின் மூலம் முன்னதாகவே இது முடிவுக்குக் கொண்டுவரப்படாவிட்டால் இது 10 வருஷங்களானவுடன் தானாக முடிவுக்கு வரும்.

(6) 1, 4—வது ஷரத்துகளில் வகை செய்யப்பட்டிருக்கின்றபடி மாகாண சட்ட சபைகளிலும் பதவிகளை ஒதுக்கி வைப்பதின்மூலம் ஒடுக்கப்பட்ட வகுப்பினருக்கும் பிரதிநிதித்துவமளிக்கும் முறை இந்த உடன்பாட்டில் சம்பந்தப்பட்டிருக்கும் வகுப்பார்கள் பரஸ்பர உடன்பாட்டின் மூலம் முடிவுக்குக் கொண்டு வரும்வரை நீடித்திருக்கும்.

(7) லோதியன் கமிட்டி யாதாஸ்தில் குறிப்பிட்டபடியுள்ள மத்திய சட்டசபை, மாகாண சட்டசபை இவற்றிற்கான வாக்குரிமை யோக்கியதைகளே ஒடுக்கப்பட்ட வகுப்பினருக்கு ஏற்பட்டிருக்கும்.

ஸ்தல ஸ்தாபனங்களிலும் ஊழிய வர்க்கங்களிலும் பிரதிநிதித்துவம்

(8) ஸ்தல ஸ்தாபனங்களுக்கான தேர்தல்கள் சம்பந்தமாகவோ அன்றி சர்க்கார் ஊழிய வர்க்கங்களுக்கு நியமனங்களைச் செய்வது சம்பந்தமாகவோ ஒடுக்கப்பட்ட வகுப்பினரைச் சேர்ந்தவர் என்ற காரணங்கொண்டு எவருக்கும் எவ்விதமான—அசௌகரியமும் இருக்கக்கூடாது. சர்க்கார் ஊழிய வர்க்கங்களில் நியமனஞ் செய்யப்படுவதற்காக நிர்ணயிக்கப்படும் கல்வி யோக்கியதைகளைப் பெற்றிருப்பதற்குட்பட்டு இவ்விஷயங்களில் ஒடுக்கப்பட்ட வகுப்பினருக்கு நியாயமான பிரதிநிதித்துவத்தை வாங்கிக் கொடுக்க சகல முயற்சியும் செய்யப்படும்.

கல்வி மானியம்

(9) ஒவ்வொரு மாகாணத்திலும் கல்வி மானியத்திலிருந்து ஒடுக்கப்பட்ட வகுப்பினருக்குக் கல்வி வசதிகள் ஏற்படுத்திக் கொடுப்பதற்காகப் போதிய தொகையைத் தனியாக ஒதுக்கி வைக்கப்படும்.